TÂN ƯỚC

LƯỢC KHẢO

(VETUS TESTAMENTUM)
ROMANSCH

PHAN HÒA HIỆP

VETUS TESTAMENTUM
ROMANSCH

Copyright @ 2020 by Phan Hòa Hiệp
Tân Ước Lược Khảo

Printed in the United States of America

ISBN 9798674557906

1024 Stormy Lane
Raleigh, NC 27610
phan.joseph@gmail.com

All right reserved. No part of this book may be reproduced or transmited in any form or by any means without permission from the author.

Kinh Thánh: Bản Dịch Truyền Thống

Dedication: To the Lord Jesus Christ,
the Master and Savior of my life

Thanks to Rev. Phan Văn Gôm,
And
my Wife Phan Nguyễn Ân-Điển for editing

Lời tâm tình của quý Mục Sư và độc giả

Tôi tin Chúa lâu năm, học Kinh Thánh, nghe nhiều bài giảng dạy của tôi tớ Chúa, nhưng khi đọc quyển Tân Ước Lược Khảo này tôi rất thích vì tôi được hiểu biết nhiều hơn, vì sách giải kinh gắn gọn và rõ ràng dễ hiểu. Tôi đọc từ Ma-thi-ơ đến Khải-huyền, mọi việc xảy ra, nơi việc xảy ra, và thời gian việc xảy ra đều có Ba Ngôi Đức Chúa Trời hiện hữu. Mỗi gia đình nên có quyển sách Tân Ước Lược Khảo này, đọc để hiểu thêm, hiểu thật và hiểu đúng.

— Mục Sư Phan Văn Gôm, quản nhiệm Hội Thánh Elleville, GA.

Đọc sách là một trong nhiều cách để giúp cho tâm trí được vận động giống như một người tập thể dục là để giúp cho các cơ bắp trên cơ thể được rắn chắc. Tùy sách chọn đọc sẽ giúp tăng cường các cơ bắp trí tuệ được phong phú hoặc ngược lại — Riêng các sách giải nghĩa Kinh Thánh hoặc Tạp chí Thần học cũng được xem là phương tiện giúp hỗ trợ cho người đọc được gần gũi hơn đối với Lẽ Thật là Lời của Đức Chúa Trời. Mỗi tác phẩm của người viết đều được xem là có lý và góp phần thêm, như một lăng kính mới mẻ, giúp người đọc tìm thấy sự mầu nhiệm đối với Lời hằng sống.

— Mục sư Trần Thái Nhiệm – Quản nhiệm HT Tin Lành Vietnam – Raleigh, NC.

Giới Thiệu

LỊCH SỬ GIỮA CỰU VÀ TÂN ƯỚC

Lịch sử của dân Do-thái ở giữa Cựu Ước và Tân Ước kéo dài khoảng 400 năm. Thời gian nầy thỉnh thoảng được gọi là "những năm im lặng," vì khi nhà sử gia Josephus đánh dấu, "sự nối tiếp của các tiên tri" đã bị gián đoạn (Town, 2013, p.331). Cựu Ước kết thúc với sách Ma-la-chi, và không có lời phán chắc chắn nào từ Đức Chúa Trời sau đó. Chúa dường như im lặng, nhưng không có nghĩa là Chúa không làm việc trong thế gian. Ngài chuẩn bị một thế giới cho sự giáng sinh của Chúa Jesus Christ.

TÔN GIÁO DO THÁI TRONG THỜI ĐIỂM CỦA CHÚA JESUS

Một quyển sách (chúng ta có) viết về một lịch sử phức tạp trong đó thời đại Tân Ước chuẩn bị cho con người hiểu biết hơn tư tưởng đa dạng màu sắc tôn giáo của người Do-thái đã xuất hiện trong thời điểm của Chúa Jesus.

Đền thờ, thầy tế lễ và những ngày đại lễ cũng làm cho người Do-thái khác biệt hơn đền thờ xây cất rất nguy nga là sự hãnh diện của người Do-thái (Mác 13:1). Ngay cả người La-mã cũng kính nể có sự cam kết của người Do-thái với đền thờ cùng với cách thờ phượng của họ. Có lúc bắt người Gờ-réc tuân theo những luật lệ không được xúc phạm để bảo vệ người Do-thái bước vào đền thờ nói chống lại đền thờ là nói phạm đến Chúa theo tín ngưỡng người Do-thái tất cả những đều nầy giúp cho lời cắt nghĩa tại sao Chúa Jesus giận khi dọn dẹp đền thờ Ngài phán, "Hãy phá hủy đền thờ (nói chính Ngài), và ta sẽ xây lại trong ba ngày" (Giăng 2:19). Lời Chúa phán chứng minh Ngài là đền thờ thật làm trọn ý chỉ của Đức Chúa Trời. Ý chỉ của Chúa không có giới hạn về kết cấu của vật chất tuy nhiên nó gây một ấn tượng sâu sắc vài nhà giải kinh ngụ ý rằng thái độ của Chúa Jesus về sự dọn dẹp đền thờ đã đưa đến sự chối Ngài và cuối cùng họ đóng đinh Chúa (Yarbrough W. A. 2005, p. 56).

DỰ KIẾN HIỆP NHẤT TRONG GIÁO HỘI GIU-ĐA

Nhấn mạnh giáo điều của giáo hội Giu-đa đầu tiên là con đường sự sống hơn là chấp nhận nhiều giả thuyết khác. Không phải họ cho những ý kiến về thần học không quan trọng, nhưng họ không gặp khó khăn việc giải nghĩa về giáo điều.

Một ý riêng hầu như quan trọng nhất của người Do-thái là sự liên quan đến Đức Chúa Trời chọn họ là một dân tộc đặc biệt nhất ở lịch sử thế giới nhân loại đã được một Đấng làm ứng nghiệm vận mạng của đất nước mà Ngài đã lập giao ước đời đời là Đức Chúa Trời. Kinh nghiệm bị lưu đày (587 BC) làm cho đau buồn, nhưng cuối cùng dân Y-sơ-ra-ên hiểu sự trừng phạt đến bởi tội thờ lạy tà thần bị lưu đày để thấy mình nhỏ bé khi so sánh với những quốc gia như vương quốc Ba-by-lôn, và Ba-tư.

Điều tạo nên sự khó khăn hơn trong thời điểm Chúa Jesus lúc đó ở dưới quyền thống trị của La-mã lãnh đạo Augustus Caesar, cai trị Y-sơ-ra-ên như Kinh Thánh Tân Ước cho biết chức quan khác của thời La mã xuất hiện trong những trang sách Kinh Thánh Tân Ước bao gồm Pontius Pilate, Gallio Felix, và Festus, sau đó là Caesars và Herods người đại diện Rome cai trị nước Do-thái (Towns, 2013, p. 336).

Thế kỷ thứ nhất người Do-thái sống ở vùng ngoại ô Palestine nhiều hơn trong thành phố hình thức Giu-đa giáo đang thịnh hành trong vòng người sống xa xứ điều rất quan trọng cho sự hiểu biết về Kinh Thánh Tân Ước mà danh hiệu dành cho họ là những người sống rải rác, hay sống xa xứ. Nhà hội là một nơi hội họp của người Do-thái lại với nhau và xứ Phi-li-tin có rất nhiều nhà hội. Ít nhất một trong mỗi khu phố nhiều người Do-thái sống rải rác trên thế giới đều có nhà hội, đó là trung tâm của đời sống họ. Thời Chúa Jesus, nhà hội có bốn hoạt động căn bản:

1. Nhà hội là một trường học chính, nơi con trẻ được dạy dỗ về luật pháp, là nơi lưu giữ truyền thống của người Do-thái.
2. Nhà hội là nơi thờ phượng, dạy tín điều tôn giáo, đọc Kinh Thánh, giảng đạo, cầu nguyện, và giải kinh.
3. Nhà hội cũng là nơi làm việc như một toà án để người ta hỏi về tôn giáo, dân sự được giải quyết những khó khăn bởi hội đồng cố vấn địa phương,
4. Nhà hội là nơi tổ chức tang lễ và hội hợp đặc biệt và ngay cả về chính trị cũng được bàn luận (Yarbrough W.A., 2005, p. 56).

NGƯỜI XA XỨ - ĐỜI SỐNG TÔN GIÁO VÀ VĂN HÓA

Người xa xứ được nói đến qua một cộng đồng ở thế kỷ đầu tiên, Giu-đa giáo đang bị hút giữa những sự chống đối. Một bên, mạnh về văn hoá và mời gọi được nhiều người ủng hộ. Còn bên kia theo cách tổ phụ đã làm là họ phải sống riêng biệt với người ngoại. Mỗi cộng đồng cá nhân kiên quyết cách cứng rắn riêng biệt. Nan đề xảy ra không thể tránh được và luôn có những rắc rối bên trong. Luật pháp (Torah) và truyền thống của những người già cũng là sự kiện buộc chặt nhiều người lại với nhau. Dĩ nhiên sự quan trọng là những điều lệ bao gồm phép cắt bì và giữ ngày Sa-bát. Người Do-thái sống bởi luật pháp, tin rằng Chúa đã ban cho họ, không chỉ 613 điều răn đã tìm thấy trong Ngũ Kinh của Môi-se nhưng cũng phụ trợ những điều lệ chung quanh họ nữa, lên đến cả ngàn luật lệ.

NHỮNG NHÓM TÔN GIÁO

PHARISEES

Là một nhóm tôn giáo nổi tiếng nhất trong thời Chúa Jesus. Dù là một nhóm nhỏ (có thể 6,000 hội viên) khoảng sáu ngàn hội viên nhưng quan điểm của họ có ảnh hưởng rất sâu rộng (quan điểm) trên nhiều vấn đề có thể trở thành nổi bật tiêu biểu lớn cho người Do-thái lúc bấy giờ.

Tên "Pharisees" ra từ chữ Aramaic có nghĩa "biệt riêng ra" Pharisees là "những người được biệt riêng ra" được thành lập vào khoảng trước thời Tân Ước, theo sử gia Josephus viết họ được nổi bật vào thời trị vì của John Hyreanus I (135-134/104 B.C.) và Alexandra (76-67 B.C.).

Trước thời Chúa Jesus có hai tư tưởng trường phái của Pharisees: Người của phái HILLEL và người của phái SHAMMAL. Hillel có tư tưởng cách mạng về Rabbinic với một phương pháp mới về sự giải thích cho phép được tự do dịch giải luật pháp. GAMALIEL I (con trai của Hillel và là giáo sư của Phao-lô – Acts 22:3) là thầy giáo của phe Pharisees từ 25 A.D. đến 40 A.D.

Về thần học, Pharisees đã khai triển nhiều quan điểm nổi bật căn bản trong Kinh Cựu Ước và những lời truyền khẩu truyền thống, họ cho là có thẩm quyền cao trong cả hai. Josephus nói họ "đã đưa cho con người rất nhiều sự quan sát bởi truyền thống mà không có viết trong luật pháp của Môi-se." Họ tin Chúa, thiên sứ và thần linh, sự tiếp trợ, cầu nguyện, nhu cầu về đức tin và làm điều thiện, sự phán xét cuối cùng, Đấng Mê-si sẽ đến, và sự đồi bại của linh hồn. Chúa Jesus nói về họ, "Các ngươi phải vâng theo họ và làm mọi đều họ bảo các ngươi làm. Nhưng đừng làm theo điều họ làm, vì họ không làm theo điều họ dạy" (Ma-thi-ơ 23:3). Phao-lô nói với người Sanhedrin, "Hỡi anh em tôi là người Pharisees, con của dòng Pharisees, ấy là sự trông cậy của chúng ta và sự sống lại của những kẻ chết mà tôi phải chịu xét đoán" (Công Vụ 23:6). Nhiều người Pharisees có nghiêng về thuyết pháp luật, bên cạnh đó không từ chối hẳn về ân điển của Đức Chúa Trời, Chúa Jesus đã tố cáo họ đã làm cho điều răn của Chúa ra vô hiệu quả bởi làm theo lời truyền khẩu (Mác 7:8). Những truyền thống nầy được lập trong thế kỷ thứ ba A.D. bởi RABBI JUDAH THE PATRIARCH trong sách gọi là Mishariah, mà đã được lập lên một phần của Talmud.

Pharisees là kẻ đối địch với Chúa Jesus bởi vì họ cảm thấy Ngài không chú trọng luật pháp của họ, mà lại chấp nhận người tội lỗi, và giao thiệp với người Gờ-réc. Ngài cũng phạm tội lộng ngôn xưng nhận chính Ngài là Con Đức Chúa Trời và mối quan hệ của Ngài với Đức Chúa Trời. Về phần Chúa Jesus, Ngài chống lại họ vì thuyết luật pháp của họ, sự giả hình và không sẵn sàng của họ để tiếp nhận nước thiên đàng của Đức Chúa Trời đã được thể hiện trong Chúa Jesus.

SADDUCEES

Nhóm thứ nhì của người Do-thái trong thời Chúa Jesus là Sadducees mà (cả hai) về nguồn gốc chứng thật họ đến từ đâu thì rất khó biết. Họ bị lu mờ trong quên lãng sau khi thành Giê-ru-sa-lem bị sụp đỗ vào năm 70 A.D. Quan điểm đạo đức giả đã xâm chiếm, không cần đến Giu-đa giáo nữa. Họ được nổi bật trong thời Mác-ca-bê bởi sự ủng hộ liên quan đến chính trị của Hasmonean. Có khát vọng dưới thời John Hyreanus I (135/134-104 B.C), nhưng dưới thời Alexandra (76-67 B.C.) và thời Herod the Great (37-34 B.C.), quyền lực của họ và số người ủng hộ giảm đi rất nhiều. La mã là người đại diện luật pháp trong thế kỷ 6 A.D. Tuy nhiên, họ đã lớn mạnh và đóng một vai trò quan trọng trong Sanhedrin và giữ chức thầy tế lễ cho đến khi người Do thái chống lại vào 66-70 A.D. Sadducees đã biến mất từ đó. Sadducees là dòng tế lễ quý tộc đã đưa họ đến quyền lực qua sự liên hệ với thầy tế lễ cả hay trong gia đình quý tộc.

Về thần học, họ từ chối mọi đều mà Pharisees (và người Do-thái có trách nhiệm) đã tin. Họ không tin thiên sứ hay tâm linh, sự sống lại, sự phán xét cuối cùng, sự sống và chết, thần linh, tiên tri về Đấng Mê-si sẽ đến. Sadducees tìm cách làm mất đi tín nhiệm qua cách tấn công niềm tin về Chúa Jesus sống lại (Ma-thi-ơ 22:23-32). Cách thức chống lại của họ đối với Chúa Jesus bởi vì lòng ước muốn nắm giữ địa vị cao quý, và Chúa Jesus bị đe dọa (Giăng 11:48). Họ đã bị hậu quả mà chính họ đã gây ra vì kẻ thù chính trị. Pharisees đã kết án Chúa Jesus đưa đến sự chết (mặc dầu Pharisees muốn trừ diệt Chúa Jesus bởi những lý do khác).

ESSENES

Essenes là nhóm quan trọng thứ ba, có khoảng bốn ngàn hội viên. Chúng ta biết về họ qua nhiều tài liệu, bao gồm Josephus, Philo, nhà văn Roman Pliny, linh mục nhà thờ Hippolynus, và Dead Sea Scrolls (các cuộn giấy biển chết).

Essenes xuất hiện sau khi sự nổi lên của Mác-ca-bê vào năm 167-160 B.C., với nhiều hội viên bắt đầu giữa năm 150-140 B.C., hướng Đông của Giê-ru-sa-lem gần biển chết. Họ đã chiếm lấy lãnh thổ nầy, có thể là sau khi bị động đất vào năm 31 B.C., nhưng vài người đã bỏ đi sau sự chết của vua Herod the Great trong năm 4 B.C. Họ là thành phần chống lại La mã vào năm A.D. 66-70 và cả nước cũng vậy trong lúc bấy giờ.

Essenes tại Qumran là một cộng đồng sống chung kỷ luật rất nghiêm ngặt, xem mọi của cải là của chung. Họ từ chối bất cứ hào nhoáng về sự giàu có và thực hiện sống độc thân, mà Josephus đề cập đến vài Essenes đã lập gia đình. Họ hết lòng cả đời nghiên cứu Kinh Thánh, cầu nguyện, tự soạn cho mình một tập tài liệu và thường giữ các nghi lễ. Hội viên mới chỉ được phép sau khi bước vào thời kỳ tập sự (hai hoặc ba năm, với nhiều dữ liệu khác nhau và kèm theo nhiều lời hứa nguyện).

Về thần học, họ rất nghiêm khắc về thuyết tiền định, tin về sự tồn tại trước và linh hồn còn lại mãi mãi. Họ là người chống lại đền thờ (có thể vì sự từ chối của họ qua sự thống trị của Hasmonean cai quản thầy tế lễ cả) và mạnh mẽ trong vấn đề pháp luật về lễ nghi trong sạch. Cho rằng họ là những người sống công bình còn lại trong những ngày cuối cùng và tìm kiếm sự cai trị của Đấng Mê-si và giữ cho đến cuối cùng của thời đại.

ZEALOTS

Josephus ám chỉ Zealots là nhóm thứ tư của người Do-thái. Ông nói JUDAS THE GALILEAN là người sáng lập. Nhưng nguồn gốc của Zealots có thể trở lại thời của Mác-ca-bê khi những người zealous vì luật pháp nằm trong tay họ và tìm kiếm bất cứ phương tiện nào, bao gồm gây nguy hiểm, để đạt đến như Chúa. Mặc dầu họ cho chính mình là những người hùng, có nhiều người được coi như là những người khủng bố. Một trong mười hai môn đồ của Chúa Jesus là người Zealot (Lu-ca 6:15).

TÂN ƯỚC

Tân Ước là một câu chuyện về Chúa Jesus Christ và Hội Thánh Ngài đã thành lập. Tân Ước bắt đầu với sự giáng sinh của Chúa và viết từng chi tiết về đời sống và mục vụ của Ngài, đỉnh cao nhất là sự chết và sống lại. Những trang mở đầu của Phúc Âm, Chúa Jesus được miêu tả như là người vĩ đại chưa có ai bao giờ sống như vậy trên thế gian. Lịch sử cho biết nhiều vị anh hùng và nữ anh hùng là những người ảnh hưởng lớn đối với người khác, sự vĩ đại của họ cũng không cầm được ngọn đèn tỏa sáng hơn Chúa Jesus (Towns, 2013, p. 339).

Khi những trang sách đầu tiên của Tân Ước mở ra trước mặt, dẫn chúng ta đi với Ngài trong đồng cỏ bên sườn đồi Ga-li-lê. Chúng ta cùng chèo thuyền với Ngài qua bên kia hồ và đi với các môn đồ khi họ đi ngang qua đồi và xuyên qua thung lũng miền đất Giu-đa.

Tân Ước tiếp tục làm ứng nghiệm những sứ điệp của Đức Chúa Trời trong Cựu Ước. Cơ đốc giáo không chỉ "xảy ra" nhưng Chúa đã có chương trình từ nhiều thế kỷ trước khi Jesus Christ giáng sinh. Ngài đang hành động giữa con người trong thế gian, đặc biệt là dân Y-sơ-ra-ên. Đến khi "kỳ hạn đã được trọn, Đức Chúa Trời bèn sai Con Ngài" Ga-la-ti 4:4. Chương trình của Đức Chúa Trời dành cho con người là sứ điệp của Tân Ước. Cựu Ước là lời hứa, Tân Ước ứng nghiệm lời đã hứa.

Lần đầu tiên Chúa Jesus đến là một con trẻ nằm trong chuồng chiên máng cỏ, khi Ngài trở lại lần thứ hai trong sự đắc thắng khải hoàn. Tân Ước chỉ viết về Đấng Christ. Jesus là Thần Nhân! Ngài sống giữa vòng con người, trên con người. Ngài giống con người, nhưng Ngài phán giống Đức Chúa Trời. Ngài hoàn toàn là con người 100%. Ngài là cái cửa để chúng ta qua đó nhìn thấy bản tánh và đặc tánh của Đức Chúa Trời. Ngài là tấm gương qua đó chúng ta có thể thấy chính mình trong mối quan hệ với Ngài. Chúa là thần, còn đời đời và là Đấng không thấy được, Đức Chúa Trời bày tỏ chính Ngài trong Chúa Jesus Christ qua những trang Tân Ước.

Những lời sau cùng của Đức Chúa Trời đến với con người được viết trong những trang sách của Tân Ước. Phần Kinh Thánh nầy rất quan trọng và quí báu vì Kinh Thánh Tân Ước được ban cho mọi tội nhân sự sống khi họ tiếp nhận Chúa Jesus Christ, và Kinh Thánh cũng là thức ăn thuộc linh cho sự tăng trưởng của Cơ đốc nhân trong Đức Chúa Jesus Christ.

NHỮNG LẼ THẬT CỦA TÂN ƯỚC

Có vài lẽ thật được chứng minh viết cách tỉ mỉ trong Tân Ước. Chúng ta tìm thấy lẽ thật này lập đi lập lại nhiều lần khi nghiên cứu sách Tân Ước.

1. Tội lỗi là căn nguyên của con người tuyệt vọng.
2. Sự chuộc tội của Christ là trọng tâm của Tin Lành.
3. Con người không có hy vọng ở ngoài ân điển của Ngài.
4. Tin Lành là sứ điệp của Đức Chúa Trời cho nhân loại.
5. Công việc của Đấng Christ tùy thuộc vào Ngài.
6. Lý do chính về những phép lạ là bày tỏ Đấng Christ, Đấng làm phép lạ.
7. Đức Thánh Linh đang hoạt động mạnh mẽ trong thời đại nầy.
8. Lịch sử của nhân loại đang tiến đến điểm kết thúc .
9. Biến động cuối cùng của lịch sử sẽ đến khi Đức Chúa Trời đặt Chúa Jesus Christ trên ngôi Ngài là Đấng cai trị trên mọi loài (Phi-líp 2:9-11).
10. Tân Ước cho chúng ta biết đầy đủ sự hướng dẫn của Chúa cho sự sống làm vui lòng Đức Chúa Trời (Irving, 1990, p. 173-174).

NHỮNG BẢN THẢO CHÍNH

Tân Ước bao gồm hai mươi bảy sách được viết trong *Koine* Hy-lạp hay Hy-lạp ngôn ngữ thông dụng. Tất cả những tác giả là người Do-thái, ngoại trừ Lu-ca. Vài tác giả chính họ viết sách của mình, trong khi đó những tác giả khác đã ghi chính xác nội dung để hỗ trợ hay để sao chép. Những bản thảo chính nguyên bản hay "viết tay" không có nữa. Tuy nhiên, khoảng 5,000 ấn bản đã được in cũng như 13,000 phần bản chính của Tân Ước. Qua những sự so sánh nầy, các nhà thần học có thể khẳng định bản văn của Tân Ước với sự chính xác không thể tưởng tượng được. Thật ra, Tân Ước gần như là một tài liệu được xác nhận hợp lệ và đầy thẩm quyền của thời xa xưa. Trái lại, những công việc khác của thời xa xưa, như Plato (7 ấn bản), Thucydides (8 ấn bản), Herodotus (8 ấn bản), Aristole (49 ấn bản), và Julius Casesar (10 ấn bản), có ít những bản chính xa xưa hỗ trợ so sánh về Tân Ước.

KINH ĐIỂN

Nhiều sách nguyên bản Tân Ước được viết giữa A.D. 45 và A.D. 95. Thứ nhất, họ đã tự truyền trao cho nhau nhưng thật ra họ đã được ấn bản và tuyển chọn để gởi cho các Hội Thánh. Được viết trong ngôn ngữ Hy lạp thông dụng, họ có thể đọc dễ dàng qua những người bình thường trong vương quốc La mã. Tân Ước gồm hai mươi bảy sách bởi chín tác giả khác nhau vào khoảng hơn nữa thế kỷ những câu hỏi đưa ra sách nào được chấp nhận bởi sự hà hơi và có thẩm quyền, điều lệ của kinh điển bắt đầu khai triển với một sự nhấn mạnh về chức vụ tác giả, sứ đồ và truyền thống của người Cơ đốc (Towns, 2013, p. 340).

TÂN ƯỚC LÀ GÌ?

Tân Ước là giao ước Đức Chúa Trời lập với loài người về sự cứu rỗi sau khi Đấng Christ đã đến thế gian (Mears, 2006, p. 16).

Trong Cựu Ước, chúng ta có giao ước của luật pháp; còn trong Tân Ước thì chúng ta có giao ước về ân sủng do Chúa Jesus đem đến. Ga-la-ti 3:17-25 Phao-lô cho biết:

Cựu Ước mở đầu, Tân Ước kết thúc
Cựu Ước hướng về núi Si-nai
Tân Ước hướng về đồi Gô-gô-tha
Cựu Ước liên hệ đến Môi-se
Tân Ước liên hệ đến Đấng Christ (Giăng 1:17).

TẠI SAO PHẢI HỌC TÂN ƯỚC?

Kinh Thánh gồm có Cựu Ước và Tân Ước đã được sắp xếp cho thế giới có trật tự mà bạn đang sinh sống. Tân Ước đã ảnh hưởng cả thế gian và chính đời sống bạn. Đó là những lý do mà chúng ta phải học. Sách nầy sẽ giúp bạn làm điều đó. Nhưng chúng ta hãy nghĩ đến lý do khác tại sao phải học Tân Ước là đáng nên học.

Tân Ước cho biết về ứng nghiệm điều mà Cựu Ước đã Hứa. Là "Ước" về công việc cứu chuộc của Đức Chúa Trời trong thời gian hiện tại. Đấng Cứu Chuộc, Chúa Jesus Christ sanh bởi nữ đồng trinh Ma-ri (Ê-sai 7:14) tại Bết-lê-hem (Mi-chê 5:2). Tiên tri Giăng rao truyền sự giáng thế của Ngài (Ê-sai 40:3; Ma-thi-ơ 3:3). Chúa Jesus giảng trong xứ Ga-li-lê như Ê-sai đã tiên tri (9:1-2). Ngài kêu gọi nhiều môn đồ và làm nhiều phép lạ (Ma-thi-ơ 12:15-21; Ê-sai 42:1-14). Sứ điệp của Ngài mang lại nhiều sự mầu nhiệm (Ma-thi-ơ 13:13-15) như Cựu Ước đã nói trước (Ê-sai 6:9-10). Bởi vì sứ điệp đó Ngài đã bị sỉ nhục công khai (Ma-thi-ơ 15:3-9; Ê-sai 29:13). Cũng báo trước chính các môn đồ sẽ lìa Ngài bỏ Ngài, như Cựu Ước đã viết (Ma-thi-ơ 26:13; Xa-cha-ri 13:7). Ngài sẽ sống lại từ kẻ chết (Ma-thi-ơ 26:32) được tiên tri (Lu-ca 24:45-46). Cho nên Hội Thánh và mục vụ giảng dạy về sự cứu rỗi phải được phát xuất từ Chúa Jesus Christ (Lu-ca 24:47).

Tân Ước tuyên bố về sự giáng sinh của Đấng Cứu Rỗi mà Cựu Ước đang chờ cả hai Cựu và Tân Ước đều chỉ về sự vĩnh cửu vượt quá thời gian mà chúng ta biết thiên đàng vinh hiển dành cho những người tìm kiếm Chúa nhưng sự đoán phạt dành cho những ai từ chối Ngài. Cựu và Tân Ước mà chúng ta gọi là Kinh Thánh khi học Tân Ước thường trích dẫn Cựu Ước vì cả hai cùng đứng chung với nhau. Nhưng Tân Ước là sách mà chúng ta tập trung vào. Elwell cho biết có ít nhất ba lý do chúng ta nên học Tân Ước.

1. Để tránh sự độc tài về ý kiến cá nhân
2. Để tránh hiểu lầm về niềm tin Đức Thánh Linh
3. Có thể giải nghĩa về lịch sử cũng như thần học (Elwell, 2005, p. 30-32).

Sau khi Chúa Jesus thăng thiêng, các môn đồ giảng dạy, làm chứng về Ngài và gom lại tất cả những tài liệu liên hệ về Đấng Christ mà rao giảng. Khi Phi-e-rơ giảng cho gia đình Cọt-nây ông giảng, "Việc đã bắt đầu từ xứ Ga-li-lê rồi tràn ra trong cả xứ Giu-đê" (Công Vụ 10:37), và "Chúng ta từng chứng kiến về mọi điều Ngài đã làm trong xứ người

Giu-đa và tại thành Giê-ru-sa-lem" (10:39). Nhưng điều mà họ không thấy không nghe là gì? Là phần của Phúc Âm mà họ cần phải tin. Có khoảng tám mươi lời tiên tri được viết trong Tân Ước ghi lại Chúa Jesus đến thế gian: Sự giáng sinh, đời sống, chức vụ, chết, sống lại, sự thăng thiên và Đức Thánh Linh được ban xuống như lời tiên tri đã báo trước.

TẠI SAO TÂN ƯỚC ĐƯỢC VIẾT?

Phúc Âm là thực thể bao gồm sứ điệp với nhiều tài liệu quan trọng liên hệ đến đời sống của Chúa Jesus và sự dạy dỗ của Ngài. Tin Lành chính là Chúa Jesus. Một trong những lý do chính mà Phúc Âm được viết ra là nhu cầu cấp bách để rao truyền sứ điệp. Điều này không đơn giản cho Hội Thánh khi nhận Phúc Âm bằng miệng từ thế hệ này đến thế hệ khác hay từ nơi này sang nơi kia, trong thời gian đầu lời của Chúa được rao truyền cách rộng rãi trong vương quốc La mã và có hàng ngàn người tin Chúa.

Lý do sách Phúc Âm phải được viết vì tuổi của các môn đồ Chúa là những người cận kề với Ngài, họ biết và hiểu biết về cuộc đời của Chúa Jesus. Nay đã cao tuổi vì trước năm 70 A.D., hầu hết các môn đồ bị tử vì đạo cho nên việc viết sách Phúc Âm là điều cấp bách trước khi những người biết Chúa qua đời.

Lý do khác nữa là những người tin Chúa đầu tiên đang nhìn về tương lai, họ thật sự tin rằng ngày Chúa Jesus sẽ trở lại rất gần nhưng không ai biết lúc nào, nhưng lý do chính Phúc Âm được viết là nhu cầu hướng dẫn người mới tin Chúa, họ cần được dạy dỗ về đời sống của Đấng Christ, về lịch sử của Cựu Ước và lời tiên tri về sự giáng sinh của Chúa Jesus Christ, chức vụ của Ngài, phép lạ Ngài làm, lời dạy dỗ của Ngài thắng ma quỉ, và sự thật có liên quan đến Chúa bị bắt, chết, chôn và Chúa sống lại.

BỐI CẢNH CỦA SỨ ĐIỆP TÂN ƯỚC

Sứ điệp về Chúa Jesus phải chịu chết và sống lại để cứu chuộc chúng ta là trọng tâm của Phúc Âm các nhà thần học phân tích về sự giảng dạy trong Kinh Thánh Tân Ước là chữ *Kerygma*, bày tỏ bao gồm những dữ kiện và giáo điều (Công-vụ 10:34-43) là thí dụ điển hình. Sứ điệp của Phúc Âm bao gồm tước hiệu của Chúa Jesus, mục vụ của Giăng Báp-tít, sự sống của Đấng Christ ở Ga-li-lê, quyền năng của Ngài, những phép lạ chữa bệnh, đuổi quỉ, sự chết của Chúa Jesus bị đóng đinh và sống lại, hiện ra với những người tin trong thân vị con người sau khi chết, mệnh lệnh rao giảng về sự tha thứ tội lỗi, nhờ tin vào sự hy sinh cứu chuộc của Đấng Christ và khẳng định của Cựu Ước về những điều đó.

Những bài giảng khác trong Công-vụ 2:14-36; 3:17-26; 4:8-12; 5:29-32 và cộng những yếu tố đưa đến kết luận này: Sự ban cho của Chúa Jesus về cứu rỗi; sự sống và sự sống lại của Chúa Jesus Christ đức tin trong ánh sáng về sự phán xét hầu đến.

SỰ ĐÁNG TIN CẬY VỀ PHÚC ÂM

Có nhiều lý do cho biết bốn sách Phúc Âm Tin Lành được viết ra. Có nhiều người ngày nay nhấn mạnh về sức mạnh của con người, về kết quả như bằng cấp, kinh nghiệm, tri thức v...v... nhưng khi sách Phúc Âm xuất bản thì giá trị của những gì mà con người đeo đuổi bị giảm hơn là sách tiểu thuyết. Có ba điều cần phải được nhớ về quá trình này:

1 Phúc Âm được viết khi các sứ đồ của Chúa Jesus còn sống và tài liệu họ viết đều có điểm chung qua lời họ truyền đạt hay họ viết ra.

2 Dựa theo những bằng chứng xác thực đã có từ những năm đầu tiên của Hội Thánh, có ba sách Phúc Âm được viết bởi các sứ đồ, sách thứ tư được viết bởi Lu-ca qua lời chứng của chính ông (Luke 1:1-4), dựa vào chính mắt thấy và tai nghe từ những người đã biết Chúa Jesus từ lúc đầu. Ma-thi-ơ và Giăng là sứ đồ của Chúa Jesus, Mác viết lại chính xác Phúc Âm của ông qua lời giảng dạy của Phi-e-rơ. Điều nầy có nghĩa là tất cả bốn sách Phúc Âm đều được viết ra từ chính đời sống của Chúa Jesus Christ.

3 Đừng quên rằng Đức Chúa Trời đã hướng dẫn mọi việc. Đây là một phần của đức tin người tin Chúa mà Ngài đã hành động trong đời sống họ và làm cho ý chỉ của Ngài được biết đến qua con người. Chúa Jesus và môn đồ Ngài chấp nhận Cựu Ước đã được hà hơi bởi Đức Chúa Trời, và Hội Thánh đầu tiên cũng tin như vậy (I Phi-e-rơ 1:21, II Ti-mô-thê 3:16), và những người tin Chúa ngày nay cũng tin như vậy.

NHỮNG PHẦN CHÍNH TRONG KINH THÁNH

Sách Tân Ước được tiếp nhận bốn phần chính: Phúc Âm, Công-vụ-các-sứ-đồ, thư tín và Khải-huyền.

Phúc Âm: Ma-thi-ơ, Mác, Lu-ca và Giăng

Công Vụ Các Sứ Đồ: Từ lễ Ngũ tuần đến Phao-lô bị cầm tù

Thư tín: Những bức thư của Phao-lô gởi cho Hội Thánh và Ti-mô-thê, Tít, Phi-lê-môn.

Những bức thư tổng quát như Gia-cơ, Phi-e-rơ, Giu-đe, Giăng và thư Hê-bơ-rơ.

Khải Huyền: Tiên tri về Đấng Christ trở lại và Hội Thánh vinh hiển trong tương lai.

Chúng tôi được Chúa ban cho cơ hội thì giờ về thăm thánh địa. Cảm tạ Chúa kèm theo đây vài tấm ảnh để minh họa bài viết.

Mục lục

BỐN SÁCH PHÚC ÂM

Chữ *Phúc Âm* được dùng bởi người tin Chúa, để nói về sứ điệp của Chúa Jesus Christ đã viết bốn sách Phúc Âm trong Tân Ước. Chữ Phúc Âm được nhắc đến hai mươi bảy lần ở Tân Ước, Phúc Âm nghĩa là *Tin Lành*, dùng để diễn tả những biến cố được tuyên bố nghĩa là "Đức Chúa Trời tuyên bố." Phúc Âm cho biết về đời sống, công việc, sự dạy dỗ, sự chết, và địa vị hiện tại của Chúa Jesus. Điều nầy có ý nghĩa cho chúng ta ngày nay, ngày mai, và đời đời công bố về lẽ thật, đặc biệt lẽ thật về Đức Chúa Trời cũng như lẽ thật về Chúa Jesus.

Các sách Phúc Âm nầy giới thiệu bốn bức chân dung về Chúa Jesus mỗi nét đều có phong cách đặc trưng. Ma-thi-ơ người thâu thuế Hê-bơ-rơ viết Phúc Âm cho người Hê-bơ-rơ, Mác theo Phao-lô và Phi-e-rơ viết cho người Rô-ma. Lu-ca bác sĩ truyền giáo của Phao-lô viết trong cái nhìn của người Hy lạp. Phúc Âm của Giăng khác hơn vì bản chất nguyên thủy của nó, giải nghĩa những sự thật đời sống Chúa Jesus và nhấn mạnh về thần tánh của Chúa Jesus hơn ba sách trước.

BỐN CHÂN DUNG VỀ ĐẤNG CHRIST	
Ma-thi-ơ	Vua của Do thái
Mác	Tôi tớ của Đức Chúa Trời
Lu-ca	Con Người
Giăng	Con của Đức Chúa Trời

Bốn sách Phúc Âm viết về lịch sử, truyền thống, chân thật, bảo tồn những khía cạnh khác để chúng ta thấy Đấng Cứu Thế trong con người 100% của Ngài. Mục đích cơ bản của Phúc Âm để giới thiệu Tin Lành Đấng Cứu Chuộc, giới thiệu Chúa Jesus là Đấng Mê si của Y-sơ-ra-ên Con của Đức Chúa Trời Cứu Chúa của thế gian, để người đọc tin Đấng Christ và nhận được sự sống đời đời.

Ma-thi-ơ, Mác và Lu-ca có những câu chuyện giống nhau, ba sách Phúc Âm nầy được gọi là "Synoptic Gospels." Có trái ngược Phúc Âm Giăng tập trung về Chúa Jesus, dài nhiều hơn bảy lần ở các sách khác, nếu Giăng viết sau mục đích lớn nhấn mạnh việc ông nhớ lời Chúa Jesus dạy dỗ, phép lạ không có chép lại trong ba sách trước (sự sống lại của La-xa-rơ). Các nhà thần học đưa ra nhiều thuyết giống và riêng nhau về ba nguyên bản của Synoptic Gospels. Các nhóm khác rất thích Phúc Âm Ma-thi-ơ và Phúc Âm khác, Mác là Phúc Âm đầu tiên vẫn còn một tài liệu nguyên bản gọi là Q (German, *Quell*, "tài liệu"). Được xem là một nguồn tài liệu hữu ích cho Ma-thi-ơ và Lu-ca, tuy nhiên không ai khám phá được bằng chứng nầy.

MA-THI-Ơ
CHÚA JESUS LÀ VUA

Khi chúng ta đọc hay học các sách trong Tân Ước, giúp minh họa lại thế kỷ đầu tiên khi Tân Ước được viết. Ma-thi-ơ là một nơi tốt để bắt đầu sách trước nhất của Tân Ước cầu nối Cựu Ước và Tân Ước cách tuyệt hảo.

Ma-thi-ơ, tác giả Phúc Âm đầu tiên không phải do con người thu băng lại, công việc của ông đa dạng hơn thư ký viết tốc ký trong toà án, điều đó không nói Phúc Âm của ông không đúng. Hơn thế nữa, sự chính xác rất quan trọng cho việc làm đầu tiên, là sứ đồ của Chúa Jesus Christ, Ma-thi-ơ nhấn mạnh những khía cạnh đích xác, cho mục vụ của Thầy mà ông đã chuẩn bị cách thận trọng để hiểu (Yarbrough, 2005, p. 78).

Ma-thi-ơ viết Phúc Âm dành cho Hội Thánh ông dùng chữ "Hội Thánh," *ekklesia* (16:18; 18:17) cả hai chủ đề và cấu trúc của nó tỏ ra sự lôi cuốn, rất rõ ràng hướng dẫn mạch lạc cho người tin Chúa … Phúc Âm này luôn bày tỏ sự quan tâm, tính chính trực làm lớn lên cho Hội Thánh thuộc về Chúa Cứu Thế Jesus (Johnson, 2010, pp. 165, 181).

Ở thế kỷ đầu tiên người Do-thái sùng đạo, muốn biết "Jesus" nầy là ai? Ngài thật sự là Đấng Mê-si, Đấng được xức dầu, Christ đã được nói tiên tri trong Kinh Thánh Cựu Ước? Họ đã trung tín học Kinh Thánh Hê-bơ-rơ, tiên tri về một vương quốc mới sẽ đến, bây giờ họ đã có cơ hội đọc một người tên là Ma-thi-ơ, đã chép cũng thường trưng dẫn Kinh Thánh Cựu Ước trong Phúc Âm của ông, chúng ta có thể tưởng tượng sự vui mừng của Ma-thi-ơ nhiều lần nhắc về những điều mà họ đã thấy và nghe "giống như lời mà tiên tri đã viết!"

TÁC GIẢ và NIÊN ĐẠI

Tác giả của sách Phúc Âm này là Ma-thi-ơ người Do-thái, làm nghề thâu thuế[1] bị khinh khi bởi dân tộc mình, gây ra những sự áp bức tàn nhẫn cho người Do-thái bằng quyền lực bất chính, bởi phần nhiều họ đánh thuế không hợp pháp. Hầu hết người Do-thái xem Ma-thi-ơ là người "phản bội." Điều này làm cho sự chọn lựa Ma-thi-ơ làm môn đồ của Chúa Jesus thật quan trọng.

Có vài tranh luận đầu tiên cho thư Ma-thi-ơ viết ở thể loại ngôn ngữ nào (Aramaic, Hebrew, hay Greek), nhưng họ không bao giờ tranh luận về tác giả đã viết sách là ai?

Phúc Âm Ma-thi-ơ có thể viết vào khoảng cuối thế kỷ 50 hay 60 A.D. Chúng ta phỏng đoán điều này vì đền thờ người Do-thái bị phá hủy bởi vị tướng lãnh La-mã tên Titus vào năm A.D. 70, và Ma-thi-ơ chắc chắn đã đề cập đến trong Phúc Âm của ông nếu nó đã xảy ra ngay lúc đó.

---

[1] Ma-thi-ơ 10:3

NHỮNG NGƯỜI ĐỌC ĐẦU TIÊN

Thủ đô của người Do-thái có nhiều dân tộc khác sinh sống và làm việc tại đây. Sứ đồ Ma-thi-ơ biết rất nhiều người trong số đó nên thư của ông viết về Chúa Jesus, không những đặc biệt dành cho dân tộc mình mà còn cho cả người ngoại đạo tìm thấy chính sự thỏa lòng khi đọc Phúc Âm.

Ma-thi-ơ cung cấp vài bài giảng nổi bật của Chúa Jesus, chuyện ngụ ngôn và phép lạ, hơn thế nữa là ghi lại những sứ điệp quan trọng như bài giảng trên núi (5-7), ẩn dụ về nước thiên đàng (13) và vườn Ô-li-ve (24-25). Đồng thời cũng cung cấp tài liệu xác thực, tên người chứng kiến những biến cố quan trọng như Chúa Jesus hóa hình, Chúa vào thành cách khải hoàn, Chúa chịu đóng đinh, và sự sống lại. Ông cắt nghĩa về đặc tính và mục vụ của Giăng Baptist là một vị tiên tri cuối cùng trong Kinh Thánh.

Ma-thi-ơ cũng đặc biệt nói đến những người lãnh đạo Do-thái đã từ chối Chúa Jesus. Ông diễn tả sự đui mù tôn giáo từ họ và bày tỏ lòng hiểu biết của Chúa Jesus về Đức Chúa Trời, luật pháp và áp dụng lẽ thật của Kinh Thánh.

Ma-thi-ơ dùng 115 chữ *VUA/GIẢNG* mà không tìm thấy bất cứ nơi nào trong Kinh Thánh Tân Ước. Ma-thi-ơ ghi lại từng chi tiết đặc biệt về sự dạy dỗ/giảng dạy của Chúa Jesus và duy trì trong Phúc Âm của ông.

Câu Ma-thi-ơ đặc biệt dùng trong Phúc Âm là "nước thiên đàng" được nói đến 32 lần, chỉ nói trong Ma-thi-ơ mà không tìm thấy ở các sách Tân Ước khác. Hơn nữa "nước Đức Chúa Trời" được đề cập 15 lần trong sách Mác, 33 lần trong Lu-ca và 5 lần trong Ma-thi-ơ (6:33; 12:38;19:24; 21:31, 43).

MỤC ĐÍCH

Cho người Do-thái biết về vương quốc của Chúa, đã hứa với tổ phụ họ, được tiên tri trong Cựu Ước. Mục đích khác nữa là để giữ điều ông biết về đời sống và công việc của Chúa Jesus.

ĐỀ TÀI

Chúa Jesus là Vua đã được hứa trong nước Đức Chúa Trời.

CÂU GỐC

"Vua dân Giu-đa mới sanh tại đâu? Vì chúng ta đã thấy ngôi sao Ngài bên đông phương, nên đến đặng thờ lạy Ngài" (2:2).

CÁCH ĐỌC

Bắt đầu và kết thúc Ma-thi-ơ bày tỏ phần quan trọng về mục đích của sách. Câu mở đầu chúng ta thấy tác giả đề cập đến ba nhân vật: Chúa Jesus Christ, vua Đa-vít và Áp-ra-ham, đây là những tên rất quan trọng trong lịch sử Do-thái, câu cuối (28:19-20) chú ý những chữ "muôn dân" và "thế gian." Sách Ma-thi-ơ viết cho người Do-thái đọc, về Đấng Mê-si của họ, Chúa Jesus đã dạy họ chia sẻ sự cứu rỗi nầy đến cho muôn dân, và khắp cùng trái đất.

DÀN BÀI
Chúa Jesus và lời hứa của Ngài về vương quốc
Sự giáng sinh và chuẩn bị cho một vị vua   1:1-4:11
Sứ điệp và mục vụ của một vị vua   4:12-16:20
Sự chết và sống lại của một vị vua   16:21-28:20

BỐ CỤC
Sách Ma-thi-ơ chia làm ba phần:

1:1 Giới thiệu	4:12 Rao truyền	16:21 Chịu khổ	28:20

Giới thiệu (1:1-4:25) - Những chương nầy cho biết Chúa Jesus đến trong thế gian như thế nào, Phúc Âm Ma-thi-ơ mở đầu lời giới thiệu Chúa Jesus qua dòng vua Đa-vít, từ Áp-ra-ham tổ phụ dân Do-thái. Điều nầy nhấn mạnh Chúa Jesus là người Do-thái và là dòng giống nhà vua ("Davit.") Đa-vít, được nhắc nhiều lần trong sách. Chúa Jesus sanh ra bởi nữ đồng trinh Ma-ri (1:18-23) - Giăng Báp-tít dọn đường cho Ngài (3:10-17).

Ngài chiến thắng sự cám dỗ (4:1-11), mục vụ của Chúa Jesus lúc bắt đầu trong câu 4:12, chúng ta học về mục vụ chính của Ngài ở thời gian nầy (4:17) "Kể từ đó Chúa Jesus đã bắt đầu giảng dạy" bắt đầu mục vụ của Ngài qua sự kêu gọi mười hai môn đồ trong xứ Ga-li-lê (4:12-25).

Mountain of temptation

Trong Ma-thi-ơ, Chúa Jesus là Vua	
Tên của Vua	Em-ma-nu-ên (1:21)
Thẩm quyền của Vua	Sẽ đến như người lãnh đạo (2:6)
Đến với nhân loại	Chuẩn bị dọn đường (3:3)
Sự rao truyền của Vua	Hãy ăn năn vì nước thiên đàng đã đến gần (4:17)
Sự trung thành của Vua	Trước hết phải tìm kiếm nước Đức Chúa Trời (6:33)
Sự chống đối nhà Vua	Đau khổ nhiều điều (16:21)
Sự hy sinh của Vua	Hy sinh mạng sống của Ngài (20:28)
Công việc của Vua	Vua của dân Do-thái (27:37)
Sự đắc thắng của Vua	Ngài sống lại (28:6)
Sự cai trị của Vua	Mọi quyền phép (28:19)
Mạng lệnh của Vua	Đi … khiến làm môn đồ (28:19)

Rao truyền (5:1-7:29) - Hầu hết các nhà giải kinh nhận thấy, Ma-thi-ơ đã sắp xếp những bài giảng của Chúa Jesus, để người đọc theo dõi dễ dàng hơn về lời Ngài giảng. Trong những đề tài đặc biệt khởi đầu mục vụ Chúa Jesus (4:12), chúng ta học về mục vụ chính của Ngài thời gian này (4:17), "Từ lúc đó, Đức Chúa Jesus khởi giảng dạy." Phần giữa của bố cục được gọi "Rao giảng." Ba trong năm sự dạy dỗ của Chúa Jesus, được nhắc đến trong phần này cập theo sự dạy dỗ, là những câu chuyện mang tính cách ẩn dụ của Chúa Jesus thường dạy dỗ.[2] Ngài là ai, điều gì quan trọng Chúa Jesus muốn loài người biết về Ngài, Phúc Âm Ma-thi-ơ diễn tả năm phần dạy dỗ được sắp xếp như sau:

Chương	Ký Thuật	Đề Tài
5-7	Bài giảng trên núi	Sự công bình nước Đức Chúa Trời
9:36-10:42	Sai mười hai môn đồ	Tuyên bố cho Y-sơ-ra-ên biết về nước Chúa
13	Thí dụ về nước trời	Quy tắc về nước thiên đàng
17:22-18:35	Nước trời và Hội Thánh	Áp dụng vào nguyên tắc nước trời và Hội Thánh
23:12-25:46	Giảng về ngày sau rốt	Sự phán xét của Chúa khi nước Ngài đến

Bài giảng trên núi – Trái ngược về sự công bình của nước Đức Chúa Trời với công bình của thầy thông giáo và người Pha-ri-si, theo Chúa Jesus, công bình thật không thể định nghĩa, theo bản liệt kê về điều làm và điều không làm (5:20). Người theo Đấng Christ không chỉ không giết người, tà dâm, thề thốt, nhưng cũng tránh gây vấp phạm những tội lỗi như: Ganh ghét, tình dục dùng lẽ thật làm lợi cho mình (5:21-26, 28-30, 33-37). Kể từ khi Chúa thiết lập hôn nhân, là vĩnh viễn không ai được phép tìm cách để phân rẽ họ (5:31-32, 19:8-12), sự công bình thật không chỉ đơn giản là công việc ở bên ngoài, nhưng cử chỉ và thái độ bày tỏ từ bên trong tấm lòng.

Chúa Jesus là Thầy, Giảng dạy, và Đấng chữa bệnh (8:1-15:31) - Đối với Ma-thi-ơ, Chúa Jesus là thầy chính Ngài đã xưng nhận (10:24-25; 23:10). Mục vụ của Chúa Jesus tập trung vào sự dạy dỗ cho mười hai môn đồ, giúp họ truyền lại cho dân Y-sơ-ra-ên, nhưng có nhiều quy tắc chúng ta vẫn áp dụng cho đến ngày nay, Chúa Jesus dạy cho môn đồ Ngài cầu nguyện nài xin Đức Chúa Trời sai nhiều công gặt đến cánh đồng lúa chính vàng (9:38), trung tín trong sự giảng Tin Lành sẽ gặp sự bắt bớ (10:16-23) ngay cả trong gia đình (10:34-36), hợp tác với giáo sĩ thì cũng như hợp tác với Chúa Jesus để ra giảng Tin Lành cho mọi người (10:42).

Một người giảng đạo, Chúa Jesus làm mục vu tiên tri để rao giảng Lời của Đức Chúa Trời kêu gọi con người đến sự ăn năn, cảnh cáo về sự phán xét của Chúa trên tội lỗi,

---

[2] Ma-thi-ơ 13.

tuyên bố về nước trời đã đến gần (4:17), rao truyền sự cuối cùng của nhân loại sự trở lại vinh hiển của Ngài (24-25).

Chúa chữa lành bịnh tật, Ma-thi-ơ tường thuật hơn hai mươi phép lạ Chúa Jesus đã làm, Ngài đã cứu con người khỏi bệnh tật thuộc thể và bịnh thuộc linh bằng cách phục hồi thân thể khoẻ mạnh và đuổi quỉ. Quyền năng Chúa Jesus trong Phúc Âm Ma-thi-ơ trội hơn các vua trên thế gian, toàn thắng trên ma quỉ, bịnh tật, sự chết, đói kém, thời tiết, cả trên mọi vật ở trong thế gian vũ trụ.

Phép Lạ Của Chúa Jesus				
Phép lạ	Đoạn Kinh Thánh			
	Ma-thi-ơ	Mác	Lu-ca	Giăng
Biến nước thành rượu				2:1
Chữa lành bệnh tật	4:23	1:32		
Chữa lành người phung	8:1	1:40	5:12	
Chữa lành đầy tớ của thầy đội La-mã	8:5		7:1	
Chữa lành bà gia Phi-e-rơ	8:14	1:29	4:38	
Quở bão biển phải im lặng	8:23	4:35	8:22	
Chữa lành kẻ bị quỉ ám tại Ga-đa-ra	8:28	5:1	8:26	
Chữa lành kẻ bại	9:1	2:1	5:18	
Chữa lành đàn bà bị bệnh mất huyết	9:20	5:25	8:43	
Gọi con gái Giai-rơ sống lại	9:23	5:22	8:41	
Chữa lành hai người mù	9:27			
Chữa lành người bị quỉ ám	9:32			
Chữa lành kẻ bị teo tay	12:10	3:1	6:6	
Hóa bánh cho 5,000 người ăn	14:15	6:35	9:12	6:1
Đi bộ trên biển	14:22	6:47		6:16
Chữa lành con gái của người Si-đô	15:21	7:24		
Hóa bánh cho 4,000 người ăn	15:32	8:1		
Chữa lành người bịnh phong điên	17:14	9:14	9:17	
Chữa lành hai người tại Giê-ri-cô	20:30			
Chữa lành người bị tà ma ám		1:23		
Chữa lành người điếc, người câm		7:31		
Chữa người mù tại Bết-sai-đa		8:22		
Chữa lành người mù Ba-ti-mê		10:46	18:35	
Bắt cá lạ lùng			5:4	21:1
Cứu sống con trai của người đàn bà góa			7:11	
Chữa lành người đàn bà bị quỉ ám			13:11	
Chữa lành người bị bịnh thuỷ thủng			14:1-2	
Chữa lành mười người phung			17:11	
Chữa lành lỗ tai của Man-chu			22:50	
Chữa lành con của quan thị vệ				4:46
Chữa lành kẻ bại tại Bết-sai-đa				5:1
Chữa lành kẻ mù				9:1
Cứu La-xơ-rơ sống lại				11:18

Trong những phép lạ Chúa Jesus cũng kèm theo thí dụ, cách Ngài thường dùng để dạy dỗ khi chúng ta đọc những chương nầy, được biết nhiều về Chúa Jesus Ngài là ai và điều gì Ngài quan tâm đến loài người chúng ta.

Đau khổ (16:21-28:20) - Chỉ trong Phúc Âm Ma-thi-ơ có tên của Hội Thánh tại CAESAREA PHILIPPI, sau khi Phi-e-rơ xưng Chúa Jesus là Đấng Mê-si, Chúa Jesus phán: Ngài sẽ cất Hội Thánh Ngài trên hòn đá này (hòn đá của Chúa Jesus) cửa âm phủ sẽ không thắng nổi. Ngài cũng ban cho Phe-e-rơ chìa khoá, đại diện cho các sứ đồ, là dấu hiệu thẩm quyền trên vương quốc thiên đàng để mở hay đóng lại (16:17-19) đặc quyền quyết định cho vào hay không (18:18). Sau đó Chúa Jesus ban lời giáo huấn về những bất đồng trong Hội Thánh, bao gồm sự trục xuất nếu có người chống đối dựa theo thẩm quyền của giáo hội (18:15-17).

Câu mở đầu cho biết, "Từ đó, Đức Chúa Jesus mới tỏ cho môn đồ biết rằng mình phải đi đến thành Giê-ru-sa-lem."[3] Phần cuối của câu đó Chúa Jesus phán điều sẽ xảy ra cho Ngài trong thành Giê-ru-sa-lem, Ngài sẽ bị khốn khổ, bị giết, và đến ngày thứ ba, Ngài sẽ sống lại. Ba điều trong phần này nói về mục vụ cuối cùng của Chúa Jesus (19-23), sự dạy dỗ của Ngài cho ngày tận thế (24-25), sự chết của Ngài và sống lại (26-28).

Lối vào ngôi mộ trống

Câu mở đầu cho biết, "Từ đó, Đức Chúa Jesus mới tỏ cho môn đồ biết rằng mình phải đi đến thành Giê-ru-sa-lem."[4] Phần cuối của câu đó Chúa Jesus phán điều sẽ xảy ra cho Ngài trong thành Giê-ru-sa-lem, Ngài sẽ bị khốn khổ, bị giết, và đến ngày thứ ba, Ngài sẽ sống lại. Ba điều trong phần này nói về mục vụ cuối cùng của Chúa Jesus (19-23), sự dạy dỗ của Ngài cho ngày tận thế (24-25), sự chết của Ngài và sống lại (26-28).

SỨ ĐIỆP QUAN TRỌNG

Hầu hết sách Ma-thi-ơ viết về những phép lạ, tường thuật, một phần lớn về sự dạy dỗ của Chúa Jesus, sự sắp xếp này cho thấy năm trong mỗi phần dạy dỗ, kết thúc với một câu giống nhau, "Vả, khi Đức Chúa Jesus vừa phán những lời ấy xong," hay câu phán tương tự như vậy.

Đây là năm phần dạy dỗ của lời Chúa Jesus, hãy đọc chậm, nghi chú và học kỹ những sự dạy dỗ này:

Cách dạy của Ngài – Có phải Ngài dùng nhiều cách khác nhau tùy theo đám đông?
    Đáp ứng của người nghe – Tìm sự khác nhau, tại sao? Bạn đáp lại như thế nào?
    Sứ điệp của Chúa Jesus – Có ý nghĩa gì cho chính bạn, chúng ta hôm nay?

---

[3] Ma-thi-ơ 16:21.
[4] Ma-thi-ơ 16:21.

NĂM SỰ DẠY DỖ TRONG SÁCH MA-THI-Ơ

Bài giảng trên núi 5-7
Dạy dỗ mười hai môn đồ 10
Những câu chuyện về nước Đức Chúa Trời 13
Đời sống trong nước Đức Chúa Trời 18
Ngày tận thế 25-28

Điều khác chúng ta học xa hơn nữa CHÚA JESUS LÀM ỨNG NGHIỆM LỜI TIÊN TRI VỀ NGÀI TRONG CỰU ƯỚC. Một trong những đề tài quan trọng ở sách Ma-thi-ơ, Chúa Jesus là Đấng Mê-si được tiên tri trong Kinh Thánh Hê-bơ-rơ, lời tiên tri nầy được ứng nghiệm trong Ma-thi-ơ 1-4, qua nhiều lần trưng dẫn lời tiên tri được ứng nghiệm. Theo Ma-thi-ơ rất quan trọng cho những gì xảy ra trong cuộc đời của Chúa Jesus, được ứng nghiệm trong Kinh Thánh.

Từ đoạn thứ nhất Ma-thi-ơ đã cho biết, Chúa Jesus là con vua Đa-vít và con của Áp-ra-ham (1:1-18). Chúa Jesus cũng là Môi-se mới, Đấng đọc "bản tuyên ngôn" trong Phúc Âm, bài giảng được truyền rao trên núi dạy môn đồ Ngài trong một bộ luật mới (5-7).

Bài giảng trên núi làm cho lời tiên tri được ứng nghiệm đến Chúa Jesus trong Cựu Ước, về *Nước của Đức Chúa Trời.* Câu đúng nhất "vương quốc của Đức Chúa Trời." Khái niệm nầy không tìm thấy được ở Cựu Ước, cho điểm quan trọng nhất của lịch sử Y-sơ-ra-ên, quốc gia được cai trị qua thời đại vua Đa-vít và Sa-lô-môn. Cuối cùng chính Chúa là Vua Ngài sẽ đến cai trị dân sự.

Ứng Nghiệm về Chúa Jesus trong Cựu Ước được thấy ở Phúc Âm Ma-thi-ơ

Biến cố trong đời sống	Ma-thi-ơ	Kinh Cựu Ước
Sanh bởi nữ đồng trinh và đặt tên là Jesus	1:22-23	Ê-sai 7:14; 8:8,10
Nơi sanh của Chúa Jesus, Bết-lê-hem	2:5-6	Mi-chê 5:2
Tị nạn qua Ê-díp-tô	2:15	Ô-sê 11:1
Con trẻ bị giết bởi vua Hê-rốt	2:18	Giê-rê-mi 31:15
Chúa Jesus được gọi là người Na-xa-rét	2:23	Ê-sai 11:1; 53:2
Mục vụ của Giăng Baptist	3:3; 11:10	Ê-sai 40:3; Ma-la-chi 3:1
Sự cám dỗ của Chúa Jesus	4:1-11	Phục-truyền 6:13, 16; 8:3
Chúa Jesus bắt đầu chức vụ	4:15-16	Ê-sai 9:1-2
Mục vụ chữa bệnh	8:17; 11:5; 12:17-21	Ê-sai 53:4; 35:5-6; 42:18; 61:1
Sự phân rẽ đến bởi Chúa Jesus	10:35-36	Mi-chê 7:6
Mục vụ của Chúa Jesus với người ngoại	12:17021	Ê-sai 42:1-4
Chúa Jesus chết, chôn và sống lại	12:40	Giô-na 1:17
Lòng cứng cõi	13:14-15; 15:7-9; 21:33, 42	Ê-sai 5:1-2; 6:9-10; 29:13; Thi-Thiên 118:22-23
Sự dạy dỗ của Chúa Jesus qua thí dụ	13:35	Thi-Thiên 78:2
Sự vào thành vinh quang của Chúa Jesus	21:5, 9	Ê-sai 62:11; Thi-Thiên 118:26
Chúa Jesus dọn dẹp đền thờ	21:13	Ê-sai 50:7; Giê-rê-mi 7:11
Chúa Jesus là Con và Vua của Đa-vít	1:1; 22:44	Thi-Thiên 110:1
Khóc về Giê-ru-sa-lem	23:38-39	Giê-rê-mi 12:7; 22:5; Thi-Thiên 118:26
Sự phản bội của Giu-đa với Chúa Jesus	26:15	Xa-cha-ri 11:12

Phi-e-rơ chối Chúa	26:31	Xa-cha-ri 13:7
Chúa Jesus bị bắt	26:54, 56	Kinh Thánh và lời tiên tri
Giu-đa-ích-ca-ri-ốt chết	27:9-10	Xa-cha-ri 11:12-13; Giê-rê-mi 32:6-9
Chúa Jesus - Đấng Công Bình chịu khổ	27:34-35, 39,43,46,48	Thi-Thiên 22:1,7-8,18; 69:21

Đại mạng lệnh bao gồm cho cả người ngoại bang - Một trong những mục đích của Chúa Jesus đến thế gian để ban sự cứu rỗi cho nhân loại.[5] Chúa Jesus thực hiện mục vụ xuyên qua người ngoại để họ được đến gần Ngài, đặc biệt tại vùng đất của họ (Ma-thi-ơ 4:24-25; 5:21-31). Ma-thi-ơ 12:15-21 làm ứng nghiệm lời tiên tri Ê-sai 42:1-4, với "mọi dân tộc sẽ đặt hy vọng vào danh của Ngài" một lời hứa chắc chắn.

Thành Giê-ru-sa-lem hôm nay

Biến cố xảy ra tại Giê-ru-sa-lem bao gồm dân Do-thái và người ngoại có mặt nơi Chúa Jesus bị đóng đinh lúc Ngài trút linh hồn, vũ trụ bao trùm màu trời tối tăm, lúc nầy thầy đội La-mã với lời ăn năn, có mặt những người lính của ông đã xưng nhận Chúa Jesus "thật người nầy là Con của Đức Chúa Trời" (27:54). Làm trái ngược lời từ chối của người lãnh đạo Do-thái ngay cả sau khi những lính canh mộ thấy Chúa Jesus đã sống lại. Viết thật rõ ràng trong Đại Mạng Lệnh Chúa Jesus đã giao phó cho môn đồ Ngài ra đi dạy dỗ *muôn dân* (28:19-20).

SỰ SUY NGHĨ
Đối diện với cám dỗ - bài học tương tự

Chúa Jesus bị cám dỗ chép trong Ma-thi-ơ ghi lại (4:1-11) làm thế nào Ngài không phạm tội? Ngài áp dụng lời Đức Chúa Trời trong Cựu Ước, vâng phục trọn vẹn là đầy tớ của Đức Chúa Trời không theo mưu kế Sa-tan. Giáo sư nổi tiếng của Egyptian là Origen đã có lần đưa ra sự khác biệt trong lời Chúa Jesus dạy (Ma-thi-ơ 19:12), một vài người chịu hoạn vì nước trời tự bỏ mình đi nghĩ rằng mình làm như vậy sẽ tránh khỏi tình dục để được tự do nghe lời dạy dỗ của Chúa Jesus.

Những chữ chìa khóa
Nước Đức Chúa Trời, ứng nghiệm, công bình, thờ phượng, Đức Chúa Cha.

---

[5] A.J. Kostenberger and P.T. O'Brisen, *Salvation in the Ends of the Earth: A Biblical Theology of Mission*, NSBT 11 (Downers Grove: Inter Varsity, 2001), 87-109.

MÁC
Chúa Jesus là Người hầu việc

Phúc Âm Mác cho biết Chúa Jesus "Con của Đức Chúa Trời" là đầy tớ trọn vẹn đến từ Đức Chúa Trời, sự sanh ra của người đầy tớ không quan trọng, cho nên ông không nói đến sự giáng sanh của Đức Chúa Jesus là người đầy tớ, thì đòi hỏi phải làm mọi công việc ngay lập tức là chữ chìa khóa mà Mác dùng "ngay lập tức" (GK, *eutheos*).

Mục vụ của Chúa Jesus đòi hỏi đi đến nhiều nơi vì vậy Ngài biết ơn những người có lòng thân ái (tử tế), về những bữa ăn và nơi nghĩ ngơi. Trong lúc ở thành Giê-ru-sa-lem, Ngài vẫn thường đến nhà Ma-ri là nơi có nhiều người đang

Thành Giê-ru-sa-lem ngày nay

nhóm lại cầu nguyện.[6] Giê-ru-sa-lem là một thành phố đông người và đầy sức sống, nơi luôn luôn đáp ứng được nhu cầu con người khi cần. Mác có thể là con của người đàn bà tử tế nầy, nếu vậy khi còn trẻ Mác thường được chú ý bởi những người khách đặc biệt, là người phục vụ năng động giữa những người chung quanh Mác.

Câu hỏi được đặc ra Mác là ai? John Mark thường gọi là Mác người làm việc rất gần với Phi-e-rơ, mà vị sứ đồ nầy có lần gọi Mác là "con" của ông (I Peter 5:13). Ông là người bà con với Ba-na-ba (Cô-lô-se 4:10), người đi truyền giáo với Phao-lô và Ba-na-ba (Công-vụ 13:5), con trai của một gia đình giàu có tại Giê-ru-sa-lem (Công Vụ 12:12-14). Mặc dầu đã làm cho Phao-lô thất vọng vì trở về Giê-ru-sa-lem trong cuộc truyền giáo thứ nhất (Công Vụ 13:13), nhưng sau đó ông được chứng là người thật có ích mà Phao-lô đã nói với Ti-mô-thê "Hãy đem Mác đến với con, vì người thật có ích cho ta về sự hầu việc làm" (II Ti-mô-thê 4:11).

Xuyên qua Phúc Âm Mác, nhấn mạnh về công việc của Đức Chúa Jesus hơn và ít đề cập đến lời nói của Ngài, cách viết của Mác được diễn tả rất mạnh mẽ, tươi mát, thực tế, đơn giản, ngắn, trực tiếp như vở kịch đi thẳng vào vấn đề. Mác dùng lịch sử trong thì hiện tại để diễn tả như "Ngài đến, Ngài nhìn người mù, Ngài rờ; người mù sáng mắt, người quỳ xuống và cảm ơn Chúa." Những câu Kinh Thánh nầy như chuyện mới xảy ra trước mặt chúng ta.

---

[6] Công Vụ 12:12-17.

Công việc đầy quyền năng của Chúa Jesus Christ trong sách Mác bao gồm ít nhất mười tám phép lạ, cũng như nơi mà Chúa Jesus đã chữa bịnh (Mác 1:32-34; 3:10-12; 6:53-56), có hai phép lạ của Chúa Jesus được chép trong sách Mác nhưng không được ghi chép ở các Phúc Âm khác: Khôi phục lại tiếng nói và nghe của một người bịnh điếc và câm trong Decapolis (7:32-35).

Người mù tại Bết-sai-đa (8:22-26). Mác viết hai phép lạ nầy để bày tỏ Chúa Jesus là Con của Đức Chúa Trời. Tuy vậy Phúc Âm của Mác ghi lại thật chính xác chỉ có 673 câu, so sánh với Ma-thi-ơ 1,068 và Lu-ca 1,147 tại sao vậy? Vì Mác nhấn mạnh điều khác. Sáu mươi phần trăm của sách Ma-thi-ơ là lời của Chúa Jesus, năm mươi mốt phần trăm của Lu-ca là lời của Chúa, nhưng Mác thì chỉ có bốn mươi hai phần trăm. Mác nhấn mạnh về công việc quyền năng của Đức Chúa Jesus.

Vậy có thể hiểu Mác người thông ngôn của sứ đồ Phi-e-rơ, là người ghi lại thật chính xác, dầu không theo đúng thứ tự tất cả những gì ông đã sưu tập được liên hệ đến Chúa Jesus đã nói và làm. Mác ghi nhớ lại những gì ông đã tìm trong số tài liệu của sứ đồ Phi-e-rơ từng sử dụng khi giảng dạy, cho nên chúng ta có hai lý do để nói sách Mác có một tầm quan trọng tuyệt đối riêng biệt.

1. Là quyển sách đầu tiên trong các sách Phúc Âm được viết sau khi sứ đồ Phi-e-rơ qua đời vào khoảng niên đại 65 A.D.
2. Không chứa đựng điều khác hơn là phần ghi lại những gì sứ đồ Phi-e-rơ từng giảng dạy và kể về Chúa Jesus.

Sách Mác là phần ký thuật gần gũi nhất mà chúng ta có do một người tận mắt chứng kiến đời sống của Chúa Jesus kể lại.

TÁC GIẢ VÀ NIÊN ĐẠI

Tác giả của sách Tin Lành này là (John Mark) Giăng Mác, con của Ma-ri bà con với Ba-ra-ba, người lãnh đạo trong Hội Thánh đầu tiên.[7] Mác cũng đi truyền giáo với sứ đồ Phao-lô và cũng là người cuối cùng thấy sứ đồ Phao-lô lúc còn sống.[8] Mác không là một trong những môn đồ đầu tiên, nhưng ông trở nên người bạn rất gần gũi với sứ đồ Phi-e-rơ.[9] Không chút ghi ngờ gì trong sự giảng dạy của sứ đồ Phi-e-rơ về cuộc đời và mục vụ của Chúa Jesus mà Mác đã viết Phúc Âm này.

Niên đại Mác viết Phúc Âm của ông chưa ai tìm đủ tài liệu để biết chính xác. Nhiều nhà thần học đưa ra sự khác nhau từ (50-64 A.D.) trễ hơn nữa (65-70 A.D.) mặc dầu có nhiều người tin là Phúc Âm Mác được viết đầu tiên. Một phần của sách Mác có thể tìm thấy trong Ma-thi-ơ và Lu-ca, có thể họ dùng Phúc Âm Mác như một tài liệu để viết Phúc Âm của chính họ.

---

[7] Công Vụ 12:12; Cô-lô-se 4:10.
[8] 2 Ti-mô-thê 4:11.
[9] 1 Phi-e-rơ 5:13.

THỂ LOẠI VÀ CẤU TRÚC

Phúc Âm của Mác là sách duy nhất có một, không phải là sách tiểu sử, viết về lịch sử gia đình, hay nghề nghiệp. Sách độc nhất pha lẫn với ký thuật, thi văn, và châm ngôn, những bài diễn thuyết đầy đủ, bóng bẩy, là tranh vẻ hoàn cảnh đời một người có thể sống, như họ ở đó, vua của sách Mác là Đấng Cứu Rỗi – Vua là Đấng chinh phục ma quỉ, bịnh tật và sự chết.

Một trong những điểm thú vị được chú ý - Mác thích dùng mô hình bộ ba để diễn tả thí dụ: Ba hột giống (4:3-22), ba quan điểm nổi bậc về Giăng (6:14-15), ba quan điểm nổi bật về Chúa Jesus (8:27-28), ba lời tiên tri về tình yêu (8:31; 9:31; 10:33-34), ba sự thất bại của môn đồ thức canh với Chúa Jesus trong vườn Ghết-sê-ma-nê (14:32-42), ba lần chối Chúa của Phi-e-rơ (14:66-72). Đây là điều rất thích thú với con số hay luật của truyền thống dân gian, đối với Mác bộ ba trở thành quy tắc cấu trúc trong Phúc Âm của ông.

NHỮNG NGƯỜI ĐỌC TRƯỚC TIÊN

Mác viết Phúc Âm dành cho người Gờ-rét (không phải là người Do-thái) đọc trước nói chung và đặc biệt là người La mã, gây ấn tượng trong tư tưởng người La mã, qua hành động và quyền lực hơn là nói và giảng dạy. Sự kiện mà Mác được lớn lên trong thành Giê-ru-sa-lem thành phố bị La mã đô hộ làm cho ông thích hợp, đặc biệt "len lỏi" mà Chúa muốn dùng cho Phúc Âm này, lối viết tự nhiên sinh động về Phúc Âm của ông, và tốc độ nhanh là một trong những đặc tính của Phúc Âm Mác. Có vài điều nữa trong sách chỉ được đề cập đến trong Phúc Âm Mác.

Chỉ có Mác nói về Si-môn người thành Sy-ren vác thập tự giá của Đấng Christ, là cha của A-léc-xan-đơ và Ru-phu (15:21).

Mác dùng chữ La-tin mười hai lần trong Phúc Âm của ông, nhiều hơn các Phúc Âm khác. Phúc Âm của Mác được viết bằng tiếng Hy lạp, nhưng Mác dùng chữ La-tin chuyển sang tiếng Hy-lạp. Thí dụ chữ *spekoulatora* dùng cho chữ người bị giết (6:27), *kenson* dùng cho chữ thuế (12:14), *quadrans* dùng cho chữ giá trị của người đàn bà goá dâng hai đồng xu (12:42), *praetorium* dùng cho nơi ở của thống đốc (15:16), và *centurion* dùng cho chữ người lãnh đạo 100 người (15:19).

Mác dịch bất cứ ngữ nghĩa học nào (Sematic). Ông dùng như *Boanerges* (3:17), *Talitha koum* (5:41), *Corban* (7:11), *Ephphatha* (7:34), *Bartimaeus* (10:46). *Aba* (14:36), *Golgatha* (15:22), và lời của Chúa Jesus trên cây thập tự giá *Eloi, Eloi, lemá, Sabachtha1ni*, "Đức Chúa Trời tôi ơi, Đức Chúa Trời tôi ơi, sao Ngài lìa bỏ tôi" (15:34).

MỤC ĐÍCH

Mác viết để miêu tả sinh động về Chúa Jesus là người thi hành và quyền năng đến với người kính trọng Ngài.

CÂU GỐC

"Vì Con người đã đến không phải để người ta hầu việc mình, song để hầu việc người ta, và phó sự sống mình làm giá chuộc cho nhiều người" (Mác 10:45).

CÁCH ĐỌC

So sánh những câu đầu và những câu cuối của Phúc Âm này, chúng ta khám phá vài điều rất quan trọng. Tại sao Mác bắt đầu câu "Đầu Tin Lành." Điều gì xảy ra hai câu cuối của sách Phúc Âm này?

DÀN BÀI

Chúa Jesus là Đầy Tớ của Đức Chúa Trời

Chúa Jesus bày tỏ Ngài là ai qua sự phục vụ	1:1-8:26
Chúa Jesus hỏi họ Ngài là ai?	8:27-30
Chúa Jesus chứng minh Ngài là ai qua sự hy sinh	8:31-16:20

BỐ CỤC

Sách Mác giống như ba Phúc Âm khác, là câu chuyện được tuyển chọn về đời sống của Đấng Christ. Sách Mác nhấn mạnh khía cạnh khác nữa của Chúa Jesus đọc Mác 8:27-30 và tìm những chữ chìa khóa của câu văn.

DÀN BÀI CHÍNH CỦA SÁCH MÁC

Jesus reveals his identity mainly by what he does	Who Am I 8: 27-30	Jesus presses the claims that he is Christ

Chúa Jesus hành động (1:1-8:26) - Phần này nói đến sinh hoạt của Chúa Jesus, Đấng Christ bày tỏ chính Ngài là ai qua phép lạ. Tuy nhiên, Ngài không bày tỏ cho con người hay môn đồ Ngài biết cách rõ ràng Ngài là Đấng Mê-si, hay Ngài bảo họ chờ Ngài trong thành Giê-ru-sa-lem. Mác tập trung vào công việc mục vụ của Đấng Christ hơn là Ngài phán, cấu trúc trong Phúc Âm của ông cho thấy phần đặc biệt nầy.

Chúa Jesus hỏi (8:27-30) - Phân đoạn ngắn này là một điểm mạnh "xoay quanh" của sách. Tại đây Chúa Jesus hỏi môn đồ về chính Ngài cách sâu sắc đáng chú ý, "Người ta nói ta là ai?" "Nhưng các ngươi thì nói ta là ai?" Phi-e-rơ đáp lại câu trả lời gây nên một tiếng vang xuyên qua lịch sử "Thầy là Đấng Christ."

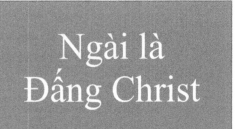

Ngài là Đấng Christ

Chúa Jesus xác nhận (8:31-16:20) - Trong phần cuối này, Chúa Jesus bắt đầu làm sáng tỏ lời nói và việc làm vì Ngài là "Đấng Christ" có ý nghĩa gì? Trước tiên nói cho họ cách rõ ràng điều sẽ xảy ra cho Ngài trong thành Giê-ru-sa-lem (8:32) và sau đó bắt đầu chuyến đi cuối cùng vào thành Giê-ru-sa-lem lập đi lập lại nhiều lần chính Ngài là Đấng Christ phần nầy nói về câu chuyện hy sinh của chính Ngài.

Phi-e-rơ chối Chúa (14:66-72) – Chúa Jesus phán hết thảy các ngươi sẽ gặp dịp vấp phạm vì cớ Ngài nhưng Mác 14:29 Phi-e-rơ đã từng hứa với Chúa Jesus dù mọi người khác đã lìa bỏ Chúa Jesus, chính ông vẫn bám sát lấy Ngài. Nhưng khi ông đang ngồi bên đống lửa để sưởi ấm, về đêm lạnh chắc ông đang thu người lại trong chiếc áo choàng. Một ai đó đã khơi đống lửa, hay ném thêm củi vào đó khiến ngọn lửa cháy bùng lên, vì thế người ta đã nhận ra Phi-e-rơ. Ông lập tức phủ nhận mọi liên hệ của mình với Chúa Jesus. Việc ấy xảy

ra lần thứ hai, và một lần nữa, Phi-e-rơ lại chối Chúa, nhưng ông vẫn chưa đi. Rồi chuyện ấy là ra một lần nữa. Phi-e-rơ lại chối Chúa, ông không nguyền rủa danh Chúa Jesus. Thì gà gáy. Ông nhớ lại và lòng ông tan vỡ, đi ra ngoài khóc lóc đắng cay.

Rooster Atop St. Peter's Church in Gallicantu Where Peter Denied the Lord

SỰ SUY NGHĨ
Đổi bạc trong đền thờ

Chúa Jesus tức giận khi vào thành Giê-ru-sa-lem bước vào trong đền thờ chỉ thấy nơi nầy là trung tâm thương mại của người ngoại ở ngoài hành lang (người ngoại) có thể ra vào tự do. Cai-phe có thẩm quyền kiểm soát con thú tinh sạch được bán để dâng tế lễ cho chuộc

Chúa Jesus lật đổ bàn đổi tiền

tội. Đây là điều không cần thiết vì đã có nơi trong thành phố làm việc nầy. Thêm vào đó, tất cả những người nam hơn hai mươi tuổi phải trả phân nửa shekel thuế cho đền thờ trong vòng ba thế kỷ ở Phi-li-tin, La mã (tiền cho vua) Hy lạp (tiền cấp tỉnh) và Ty-rơ (tiền ở địa phương) kể từ khi La mã và Hy lạp in đồng tiền có hình người là dịp để cho người Do-thái thờ hình tượng.

13

Những đồng tiền nầy không thể dùng trả thuế trong đền thờ và để trao đổi với đồng tiền Ty-rơ.

Vì thế Cai phe đã biến đền thờ thành nhà bank, làm cho vấn đề trầm trọng hơn là dùng tiền bất hợp pháp thu thêm lợi trong mọi vật sử dụng của người dân, ngay cả người đổi tiền cũng ăn lời một ít. Ngành thương mại của người ngoại càng lan rộng ra, từ đường phố lớn một phần của thành phố đến nơi khác người giao hàng cũng bị bắt nộp tiền. Do đó, khi Chúa Jesus lật đổ quầy đổi tiền những gian hàng bán bồ câu cũng là muốn bày tỏ việc ngăn cấm người buôn bán, thương mại ngoài đường phố.

Hai mục vụ của Đức Chúa Jesus Christ trong Phúc Âm Mác được làm sáng tỏ:

1. Miêu tả sinh động Chúa Jesus là một giáo sư/giảng đạo. Chúa Jesus rao truyền – Ngài dạy cho con người cần hiểu biết về Đức Chúa Trời (1:14-15, 21-27, 38; 2:2; 3:13-14; 4:1; 6:2, 6, 34; 8:31), môn đồ gọi Chúa Jesus là "Teacher" *Thầy* (4:38; 9:38; 13:1), đám đông (5:35; 9:37) và ngay cả kẻ thù Ngài (12:13-14).

2. Chúa Jesus được miêu tả như là Đấng làm phép lạ đầy quyền năng trên bịnh tật và ma quỉ Ngài đầy lòng thương xót khi thấy những người đau khổ chung quanh. Ngài dùng nhiều thì giờ để chữa lành bệnh tật, đuổi quỉ, những thí dụ để dạy dỗ. "Đến chiều, mặt trời đã lặn, người ta đem mọi kẻ bệnh và kẻ bị quỉ ám đến cùng Ngài … và Chúa Jesus chữa lành nhiều kẻ đau các thứ bệnh, và đuổi nhiều quỉ" (1:10-11, 32-34; 6:54-56). Khi công việc thêm nhiều, Chúa Jesus ban cho các môn đồ Ngài quyền đuổi quỉ và chữa lành các bệnh tật và gởi họ ra đi làm chứng (6:12-13).

SỨ ĐIỆP QUAN TRỌNG

Đọc những phần cuối trong Phúc Âm Mác, đặc biệt chú ý đến bốn bức tranh về Chúa Jesus người Servant (đầy tớ) viết xuống tất cả sự nghiên cứu mà bạn đã đọc mỗi phần.

Cruxifiction, Church in Amman, Jordan

Chúa Jesus là Đấng Cứu Chuộc (chuộc lại)   8:31-10:52
Chúa Jesus là Chúa (Đấng cai trị trên muôn loài)   11:1-13:37
Chúa Jesus là Đấng hy sinh (từ bỏ sự sống của chính Ngài)   14:1-15:47
Chúa Jesus Đấng đắc thắng (trên sự chết, tội lỗi, và ma quỉ)   16:1-20

Điều học hỏi khác nữa khi Mác nhấn mạnh về Chúa Jesus cấm những người được chữa lành không được nói ra nhưng phải giữ im lặng. Sự nhấn mạnh nầy được gọi là "bí ẩn của Đấng Mê-si," rất là thú vị khi làm nhức đầu người dịch, giải nghĩa sách Mác vài trường hợp mà Chúa Jesus ra lệnh phải im lặng:

1. Trong lúc đuổi quỉ Chúa Jesus ra lệnh nó im lặng, không cho nó làm chứng về lẽ thật Ngài là ai. Chúa Jesus không có bất cứ liên hệ gì với Satan (1:32-34; 3:11-12).

2. Người được chữa lành bệnh tật cũng được bảo phải im lặng trong trường hợp nầy đã làm giảm bởi sức ép của đám đông đối với mục vụ của Ngài lúc đó.

3. Chúa Jesus dạy bảo môn đồ Ngài im lặng về Đấng Mê-si vì họ chưa hiểu được chương trình của Ngài đầy đủ cho đến khi Ngài sống lại (8:29-30; 9:9-10, 31-32).

Chúa Jesus Con Đức Chúa Trời trong Phúc Âm Mác

Giới thiệu		Mục vụ ở Ga-li-lê		Đường đi đến thập tự giá		Xét xử và bị đóng đinh	
1:1	1:11	3:11	5:7	9:7	13:32	14:61	15:39
Mác	Đức Chúa Trời	Ma quỉ	Quỉ	Đức Chúa Trời	Jesus	Cai-phe	Thầy đội

Phúc Âm Mác kết thúc 16:8 nhưng từ câu 9-20 có nhiều sự tranh luận trong vòng các nhà thần học, phần lớn nguyên văn Hy lạp được Mác sử dụng bao gồm mười hai câu cuối này. Tuy nhiên hai bản nguyên văn đầu tiên trong thế kỷ thứ tư nầy bị mất cho nên khi dịch Kinh Thánh có sự khó khăn. Sau đó những câu này được tìm thấy trong KJV, NKJV hay được trưng dẫn từ NASB, ESV, HCSB, NIV) cho biết vài nguyên bản không có những câu Kinh văn này trước đó.

Những chữ chìa khóa:
Phục vụ, cứu chuộc.

MƯỜI HAI MÔN ĐỒ CỦA CHÚA JESUS

TÊN	MÔ TẢ	KINH THÁNH
Si-môn Phi-e-rơ	Ma-thi-ơ 4:18; 16:13-17; 21-23; Lu-ca 22:34-62; Giăng 21:15-19	Người đánh cá trước được gọi làm sứ đồ, một trong ba người thân cận Chúa Jesus, bộc trực, mau lẹ.
Anh-rê	Ma-thi-ơ 4:18; Giăng 1:40; 6:8; 12:22	Em của Phi-e-rơ; làm nghề đánh cá, là người đầu tiên theo Chúa, môn đồ của Giăng Baptist trước khi theo Chúa.
Gia-cơ	Ma-thi-ơ 4:21; Mác 3:17; 9:2; 14:33; Công Vụ 12:1-3	Người đánh cá, một trong hai người "con của sự sấm sét" vì tánh tình nóng nảy; một trong ba người gần gũi Chúa, bị tử đạo dưới tay của vua Hê-rốt.
Giăng	Ma-thi-ơ 4:21; Mác 3:17; 9:2; 14: 33; Giăng 1:35-39; 13:23; 21:2	Người đánh cá, một trong hai người "con của sự sấm sét" vì tánh tình nóng nảy, nhưng cũng được gọi là "sứ đồ Chúa yêu,' một trong ba người thân cận Chúa Jesus.
Phi-líp	Giăng 1;43-48; 6:5-7; 12:21-22; Công Vụ 8:4-40	Được gọi làm sứ đồ và giới thiệu Chúa Jesus cho Na-tha-ni-ên, vui thích về sự giảng dạy trong Sa-ma-ri, làm chứng cho hoạn quan Ê-thi-ô-bi.
Ba-thê-lô-mi	Ma-thi-ơ 10:3; Giăng 1:43-49	Cũng gọi là Na-tha-ni-ên, được Chúa nhìn thấy dưới cây "bẻ dộp," xưng tội cùng Chúa là "con Đức Chúa Trời" và "Vua của Y-sơ-ra-ên."
Thô-ma	Giăng 11:16; 14:5; 20:24-29	Được biết là người "nghi ngờ," nhưng sau đó gọi Chúa Jesus là "Chúa tôi và là Đức Chúa Trời tôi."
Ma-thi-ơ (Lê-vi)	Ma-thi-ơ 9:9-13; 10:3; Mác 2:15; Lu-ca 6:15	Người thâu thuế bỏ mọi sự mà theo Chúa Jesus; anh của Gia-cơ con trai của A-phê.
Gia-cơ con của A-phê	Ma-thi-ơ 10:3; Mác 3:18; Lu-ca;15; Giăng 14:22; Công-vụ 1:13	Anh em của Ma-thi-ơ.
Giu-đa con của Gia cơ	Ma-thi-ơ 10:3; Mác 3:18; Lu-ca 6:16; Giăng 14:22; Công Vụ 1:13	Cũng được biết là Giu-đa con của Gia-cơ; không phải là Giu-đa Ích-ca-ri-ốt.
Si-môn người Zi-lót	Ma-thi-ơ 10:4; Mác 3:18; Lu-ca 6:6-15; Công Vụ 1:13	Người Zi lót (người Do-thái cách mạng/chống lại chánh quyền La mã)
Giu-đa Ích-ca-ri-ốt	Ma-thi-ơ 10:4; 26:14-16; 27:3-10; Giăng 5:70-71; 12:4-6; 13:21-30; 17:12; Công Vụ 1:16-20	Người phản Chúa; giữ túi tiền, là người bán Chúa Jesus với 30 miếng bạc và hậu quả là tự treo cổ tự tử.

LU-CA
Chúa Jesus là Con Người

Tác giả Lu-ca

Lu-ca là một bác sĩ, nhà truyền giáo, người chứng đạo, học giả viết lịch sử, nhà tham khảo, và người viết Phúc Âm thứ ba

Courtesey FreeBibleimages.org and Sweet Publishing

Nhiều năm sau khi Chúa Jesus thăng thiên về trời, môn đồ không hoàn tất việc Ngài giao phó, Chúa đã hà hơi trong những sách Phúc Âm về đời sống Ngài trên đất cho sứ điệp và mục vụ. Sau đó, đúng thời điểm con người được Đức Thánh Linh thăm viếng đã viết trọn vẹn Phúc Âm mà bạn cầm trong tay ngày nay.

Mặc dầu có nhiều sách Phúc Âm đã viết (Mác là một trong ba Phúc Âm), Chúa ban cho chúng ta có hoàn hảo hơn các sách khác đầy đủ chứa đựng nhiều sứ điệp,[10] tỉ mỉ tiêu biểu từng chi tiết giúp chúng ta ngày nay biết "Lu-ca" được kêu gọi là chọn lựa bởi Đức Chúa Trời cho công việc. Bạn chú ý khi đọc sẽ biết sách nầy dài hơn ba Phúc Âm kia (sách Ma-thi-ơ viết nhiều đoạn hơn, lại ngắn hơn). Thật ra, Phúc Âm Lu-ca là sách dài nhất trong cả Kinh Thánh Tân Ước.

Bác sĩ Lu-ca dành nhiều thời gian, sức lực để tìm ra những dự kiện viết nói cho THEOPHILUS, người có cấp bực trong quân đội La mã muốn biết tất cả về Cơ đốc giáo như thế nào. Lu-ca bắt đầu Phúc Âm của ông cách rõ ràng:

Hỡi Thê-ô-phi-lơ quí nhân, vì có nhiều kẻ dốc lòng chép sử về những sự đã làm nên trong chúng ta. Theo như các người chứng kiến từ lúc ban đầu và trở nên người giảng đạo đã truyền lại cho chúng ta, vậy, sau khi đã xét kỹ càng từ đầu mọi sự ấy, tôi cũng tưởng nên theo thứ tự viết mà tỏ ra cho ông, để ông biết những điều mình đã học là chắc chắn (1:1-4).

Những câu nầy cho biết Lu-ca đưa ra năm điều:
1. Tài liệu được góp lại.
2. Xem lại những bằng chứng.

---

[10] Phân nửa Phúc Âm trong sách Lu-ca không tìm thấy trong ba Phúc Âm kia.

3. Làm sáng tỏ dữ liệu. Trong trường hợp nầy, môn đồ đã trưng dẫn Lời của Chúa cũng là những nhân chứng trọng có giá trị.
4. Phần tài liệu.
5. Sắp xếp tài liệu theo thứ tự.

Lu-ca có thêm nhiều chi tiết hơn, đủ diễn tả điều mà ông dùng để gom lại tài liệu nguyên bản của sách. Phúc Âm của ông viết về đời sống và mục vụ của Chúa Jesus nhấn mạnh rằng Ngài là Con toàn hảo của Đức Chúa Trời và là Đấng Cứu Rỗi cho nhân loại.

TÁC GIẢ VÀ NIÊN ĐẠI

Phúc Âm thứ ba này được viết bởi người Cơ Đốc Hy lạp tên là Lu-ca. Giống như Mác, ông không phải là môn đồ của Chúa Jesus lúc Ngài thi hành chức vụ trên đất. Cũng giống như Mác, ông là người quen thân với một môn đồ của Chúa. Kinh Thánh cho biết ông là bác sĩ, đi truyền giáo với Phao-lô là bạn thân của nhau.[11] Có thể Lu-ca tin Chúa qua mục vụ truyền giáo của Phao-lô trong lúc sống ở An-ti-ốt.[12]

Lu-ca viết nhiều về công việc làm của quý bà, tham khảo sự cầu nguyện trong Phúc Âm của ông. Chúng ta có thể kết luận ông là người có lòng tốt, khiêm nhường hay cầu nguyện với lòng đồng cảm cùng mọi người trong nhu cầu. Chúa đã khen ông.

Lu-ca cũng viết sách Công Vụ. Thật ra, Lu-ca và Công Vụ được xem như là sách một và sách hai. Phúc Âm viết vào khoảng 60 A.D., gần cuối chuyến đi truyền giáo của Phao-lô.

NHỮNG NGƯỜI ĐỌC ĐẦU TIÊN

Phúc Âm Lu-ca viết cho người không biết, tên Theophilus, có nghĩa là "bạn của Chúa." Tuy nhiên, chúng ta cũng có thể phỏng đoán rằng Lu-ca viết cho một người Hy-lạp (không phải người Do-thái). Đây là bằng chứng cho dự kiện mà Lu-ca cố gắng cắt nghĩa sự khác biệt giữa phong tục và ngày lễ của người Do thái trong Phúc Âm và cũng thay tên Hy lạp qua tên Hê-bơ-rơ.

Có thể nói Ma-thi-ơ viết cho người Do-thái, Mác cho người La mã, và Lu-ca viết cho người Hy lạp.

MỤC ĐÍCH

Lu-ca diễn tả mục đích ông viết là để cung cấp rõ ràng, có thứ tự về đời sống và mục vụ của Chúa Jesus Christ qua những người đã từng nghe, thấy, cũng như ở với Chúa là nguồn tài liệu chính cho Phúc Âm.

ĐỀ TÀI

Chúa Jesus là Con người ở giữa con người, yêu nhân loại và ban cho sự cứu rỗi của Đức Chúa Trời vì tội lỗi của họ.

---

[11] Colossians 4:14 indicates he was a doctor. Acts 16:10; 20:6; 27:1, and 28:15 indicate that Luke was a traveling companion with Paul (us). Second Timothy 4:11 demonostrates his intense loyalty to Paul.
[12] Acts 11:25-26.

CÂU GỐC
"Bởi Con người đã đến tìm và cứu kẻ hư mất" (Lu-ca 19:10).

 CÁCH ĐỌC

Đoạn 1 ca tụng Chúa cách vui mừng trong bài ca của Ma-ri (1:45-55) và Xa-cha-ri (1:67-79), sự giáng sinh của Chúa Jesus và người dọn đường cho Ngài, Giăng Baptist. Điểm nhấn mạnh trong Phúc Âm Lu-ca có phần của các bà trong mục vụ của Chúa Jesus. Ở những câu cuối của sách, lần nữa tìm thấy sự vui vẻ và hân hoan có ở trong lòng những người môn đồ, Chúa Jesus đang được ca ngợi, thờ phượng trong đền thờ luôn luôn (24:50-53). Khung cảnh sự vui mừng và tôn vinh Chúa sẽ hiện ra nhiều lần khi chúng ta đọc sách Lu-ca. Chúa Jesus ngoài Ngài ra, Lu-ca chép về cách mà Chúa Jesus đối xử với quý bà. Ngài tôn trọng họ mà các thầy thông giáo trong Phi-li-tin không có làm giữa vòng của họ. Phúc Âm Lu-ca ghi lại Chúa Jesus đón tiếp họ giữa các môn đồ Ngài. Ông ghi lại sự ca ngợi của bà An-ne khi Chúa Jesus được đem đến đền thờ (2:36-38), cứu sống con trai người đàn bà goá ở Na-in (7:11-17).

Sự tức giận của người Pha-ri-si và cách đối xử của Ngài với người đàn bà đầy tội lỗi thì trái ngược với sự ăn năn và tình yêu được bày tỏ qua chính người đàn bà này (7:36-50). Quý bà đóng một vai trò năng động trong mục vụ của Chúa Jesus mà Lu-ca đã đưa ra (8:1-3). Chúa Jesus đã khen Ma-ri về lòng ước ao của bà chọn học biết về phần thuộc linh và cho phép bà ngồi "dưới chân Ngài" như là người học trò, giống như những môn đồ (13:10-17). Chỉ có Lu-ca và Mác ghi lại câu chuyện người đàn bà goá bỏ tiền dâng vào hộp trong đền thờ, Chúa phán là một số tiền nhiều hơn những người giàu có dâng hiến (21:1-4; Mác 12:41-44). Chúa Jesus cũng đưa ra ánh sáng về quý bà trong các thí dụ của Ngài (13:20-21; 15:8-10; 18:1-8).

NHỮNG CHI TIẾT LỊCH SỬ
Lu-ca trưng dẫn về những biến cố lịch sử trong triều đại La-mã ở cuộc đời Chúa Jesus nhiều hơn các Phúc Âm khác. "Caesar Augustus" ra chiếu chỉ lập số dân trong thời "Quirinius làm thống đốc tại Sy-ri" (2:1-2). Mục vụ Chúa Jesus bắt đầu năm mười lăm của đời trị vì Tiberius Casesar khi Bôn-xơ Phi-láp làm quan thống đốc của dân Giu-đa (3:1). An-na và Cai-phe là thầy cả thượng phẩm trong thời đó (3:2). Phi-lát giết mấy người trong Ga-li-lê lấy huyết trộn với của lễ họ (13:1).

Lu-ca cũng ghi lại Chúa Jesus phán vua Hê-rốt An-ti-pha là "con chồn cáo" (13:32). Lu-ca không phải là sách "cổ điển" mà viết về lịch sử trong thời gian đó.

Tập Trung Vào Cá Nhân
Hầu hết mười chín thí dụ Chúa dùng Lu-ca viết đều chú ý đến con người là trọng tâm, trong khi Ma-thi-ơ tập trung vào nước trời, Lu-ca tập trung vào từng cá nhân như thầy tế lễ Xa-cha-ri, người bà con Ê-li-sa-bét và Ma-ri, hai chị em Ma-ri và Ma-thê, người thâu thuế Xa-chê, hai người than khóc, Cô-lê-ô-ba và bạn đồng hành và nhiều cá nhân khác. Không có ghi ngờ Chúa Jesus quan tâm đến từng cá nhân gây ấn tượng cho Lu-ca nhận biết Chúa là Đấng Tạo Hoá, chính tình yêu Ngài dành trọn chú ý cho con người.
MỤC VỤ CỦA ĐỨC THÁNH LINH

19

Một điều thú vị đặc biệt mà Lu-ca bày tỏ về mục vụ của Đức Thánh Linh đến trên Ma-ri để mang thai hài nhi Jesus (1:35). Ban cho Giăng Baptist được đầy dẫy Đức Thánh Linh (1:15), cũng như mẹ của ông bà Ê-li-sa-béth (1:41) và cha của ông là Xa-cha-ri (1:67). Si-mi-ôn, trong đền thờ, được Thánh Linh hướng dẫn bởi nhận biết hài nhi Jesus là Đấng Mê-si con Đức Chúa Trời (2:25-27). Chúa Jesus trở nên Đấng trung bảo giữa Đức Thánh Linh và con người đến trong thế gian (3:16) được chứng nhận bởi Đức Thánh Linh trong lễ báp têm (3:22). Đời sống của Chúa Jesus được mặc lấy quyền năng và sự hiện diện của Đức Thánh Linh trong công việc.

Chúa Jesus được đầy dẫy Đức Thánh Linh khi rời khỏi sông Giô-đanh (4:1). Đức Thánh Linh đưa Ngài vào đồng vắng (4:1). Chúa Jesus trở lại Ga-li-lê trong quyền năng của Thánh Linh (4:14).
Chúa Jesus bắt đầu chức vụ được ứng nghiệm lời tiên tri Ê-sai về Đức Thánh Linh đã xức dầu người đầy tớ đặc biệt của Đức Chúa Trời (4:18; Ê-sai 61:1-2).

Chúa Jesus một đời sống "đầy sự vui mừng qua Đức Thánh Linh" (10:21).
Chúa Jesus hứa ban Đức Thánh Lình là Đấng sẽ đáp ứng nhu cầu (deepest need) cho chúng ta cùng ân tứ cập theo (11:13, 12:12).
Chúa Jesus cảnh cáo về hậu quả của sự làm buồn Đức Thánh Linh (12:10).

DÀN BÀI
    Con người ở giữa vòng con người
        Chuẩn bị   1:1-4:13
        Dấu hiệu   4:14-9:50
        Sự dạy dỗ   9:51-19:27
        Hy sinh   19:28-14:53

BỐ CỤC
    Lời nói và *việc làm* của Chúa Jesus là hai đề tài mà Lu-ca viết nhiều nhất. Điều này giúp chúng ta chú ý vào phần cuối của sách, ở những chữ hai môn đồ trên đường về làng Em-ma-út, "Ngài là Đấng tiên tri, có quyền trong việc làm và trong lời nói, trước mặt Đức Chúa Trời và cả chúng dân" (24:19). Dưới đây là bốn phần chính trong Phúc Âm Lu-ca.

1:1 Chuẩn bị	4:14 Nhận ra	9:51 Sự dạy dỗ	19:28 Hy sinh 24:53
	Phép lạ xảy ra - điều Chúa Jesus đã làm	câu chuyện – điều Chúa Jesus đã làm	

Chuẩn bị (1:1-4:13) - Đây là sự bắt đầu để con người sẵn sàng tiếp đón Chúa Jesus đến qua mục vụ của Giăng Baptist, và sự chuẩn bị của Chúa Jesus cho chính mục vụ của Ngài. Có nhiều trường họp đặc biệt mà Lu-ca đề cập cách rộng rãi về Phúc Âm của Đấng Christ:

    1. Sứ điệp của thiên sứ rao truyền cho mọi người (2:14).

    2. Si-mê-ôn nói tiên tri trước về Chúa Jesus là ánh sáng soi cho người ngoại (2:32).

    3. Ê-sai diễn tả Giăng Baptist là tiếng kêu trong đồng vắng. Bao gồm những trưng dẫn khác trong sách Lu-ca "tất cả mọi người sẽ thấy sự cứu rỗi của Đức Chúa Trời (Ê-sai 40:3-5, trưng dẫn trong Lu-ca 3:4-6).

Dấu kỳ (4:14-5:50) - Chúa Jesus muốn làm cho con người nhận thức được Ngài là Đấng Mê-si, Con của Đức Chúa Trời đến với đại quyền đại năng và Ngài quan tâm về sự hư mất của con người. Tìm những dấu kỳ phép lạ và tình yêu trong phần này.

    1. Lu-ca ghi lại hai minh họa mà Chúa Jesus dùng trong Cựu Ước, tập trung vào người ngoại, đàn bà goá ở Xép-ra-ta và Na-a-man người A-sy-ri (4:25-27).

    2. Một điều đầy ý nghĩa trong sách Lu-ca câu chuyện về buổi tiệc, so sánh với sách Ma-thi-ơ cho biết các đầy tớ được sai đi ra đường phố và vùng lân cận để mời khách vào dự tiệc (Ma-thi-ơ thì viết ngoài đường cái).

Bài giảng nơi đồng bằng (6:20-36) – Phân đoạn nầy rất giống *Bài Giảng Trên Núi* ở Ma-thi-ơ 5-7. Cả hai đều bắt đầu bằng một loạt các phước lành. Tuy có những khác biệt giữa hai bản văn của Lu-ca và Ma-thơ nhưng chúng ta có thể quen thuộc đến nỗi không nhận ra.

Church of the Beatitudes,
Jesus preached the Sermon on the Mount

Sự dạy dỗ (9:51-19:27) - Phần này viết những câu chuyện (ngụ ngôn) về Chúa Jesus. Ngài muốn dạy chúng ta Con người đến để tìm và cứu người hư mất (19:10). Làm tổn thương chúng ta khi thấy tình yêu bị từ chối. "Ai nấy thấy vậy, đều lằm bằm rằng: Người nầy vào nhà kẻ có tội mà trọ" (19:7). Người Sa-ma-ri nhơn lành được nhắc lên bằng với người Do-thái (9:54; 10:33; 17:16).

Hy sinh ((19:28-24:53) – Phần kết thúc có chung một biến cố về sự chết của Chúa Jesus, sự sống lại và những lời phán sau cùng của Ngài với họ ở tất cả Phúc Âm. Đọc phần này chậm rãi, suy ngẫm cẩn thận về giá phải trả của Con người cho sự cứu rỗi dành cho họ và cho bạn. Cũng như Ma-thi-ơ, Đại Mạng Lệnh dành cho muôn dân (24:42).

Ngôi mộ trống

Những cuộc xét xử của Chúa Jesus

Xét xử	Kinh Thánh	Diễn tả
Trước mặt An-ne	Giăng 18:19-23	An-ne hỏi Chúa Jesus về sự dạy dỗ của Ngài: Chúa Jesus trả lời thẳng thắng với An-ne và thách thức về sự vu cáo của ông không hợp pháp cho người làm chứng dối.
Trước mặt Cai-phe	Ma-thi-ơ 26:57-68; Mác 14:53-65; Giăng 18:24-28	Khi hỏi nếu Ngài là Đấng Mê-si, Chúa Jesus nói đúng như lời. Ngài là Con Người; bị kết tội là nói lộng ngôn và được gởi đến Phi-lát.
Trước mặt Phi-lát	Lu-ca 23:1-6	Chúa Jesus bị vu cáo vì khẳng định rằng Ngài là Đấng Mê-si và được gởi đến vua Hê-rốt.
Trước mặt Hê-rốt	Lu-ca 23:7-11	Bị kết án chống lại Chúa Jesus. Hê-rốt không tìm được tội lỗi gì từ Chúa và ông gởi trả Ngài trở lại cho Phi-lát.
Trước mặt Phi-lát	Ma-thi-ơ 27:1-25; Mác 15:1-15; Lu-ca 23:12-25; Giăng 18:29-19:6	Không kết án theo đúng hình thức chống lại Chúa Jesus; tạo ra nhân chứng giả; Chúa Jesus bị bỏ tù và bị kết án tử hình khi tòa không tìm ra tội trạng (Phi-lát nói ba lần rằng ông không tìm thấy lỗi gì từ Chúa Jesus).

SỨ ĐIỆP QUAN TRỌNG

Đề tài rõ ràng để nghiên cứu về Phúc Âm Lu-ca. Cách Chúa Jesus đối xử với con người, đặc biệt cho người thấp hèn. Mối quan hệ của Chúa Jesus với Đức Chúa Trời, đặc biệt qua sự cầu nguyện

CON NGƯỜI ở giữa vòng loài người

Môn đồ	6:20-23
Người đàn bà tội lỗi	7:36-50
Ma-ri Ma-đơ-len	8:2
Người Sa-ma-ri	10:25-37
Người thâu thuế và "người tội lỗi"	15:1-7
Người phung	17:11-19
Kẻ trộm cướp trên cây thập tự	23:39-43

CON NGƯỜI VÀ LỜI CẦU NGUYỆN

Ngụ ngôn về sự cầu nguyện	11:5-8
	18:1-8
	18:9-14
Gương về sự cầu nguyện	9:28-29
	11:1-4
	22:31-32
	22:39-40

Những Thí dụ của Chúa Jesus trong ba sách Phúc Âm (Synoptics)

Thí dụ	Mác	Ma-thi-ơ	Lu-ca
Khách của tân lang	2:19-20	9:15	5:33-39
Áo	2:21	9:16	5:36
Rượu mới trong bình cũ	2:22	9:17	5:37-39
Người mạnh	3:22-27	12:29-30	11:21-23
Người gieo giống	4:1-9, 13-20	13:1-9, 18-23	8:4-8, 11-15
Đèn để dưới cái thùng	4:21-25	5:14-15	8:16-18
Hạt giống lớn lên	4:26-29		
Hột cải	4:30-32	13:31-32	13:18-19
Đầy tớ gian ác	12:1-12	21:33-46	20:9-19
Quở cây vả	13:28-32	24:32-36	21:29-33
Đầy tớ thức canh	13:34-27		12:35-38
Cha và Con		7:9-11	11:11-13
Hai cổng		7:13-14	13:23-27
Cây tốt và cây xấu		7:16-20	
Xây nhà khôn ngoan - ngu dại		7:24-27	6:47-49
Cỏ lùng giữa đám lúa		13:24-29, 36-43	
Men		13:33	13:20-21
Châu báu bị giấu kín		13:44	
Ngọc trai		13:45-46	

Lưới		13:47-50	
Chủ nhà		13:52	
Chiên bị lạc mất		18:12-14	15:1-7
Đầy tớ không có lòng thương xót		18:23-35	
Người làm trong vườn nho		20:1-6	
Hai người con trai		21:28-32	
Tiệc cưới		22:1-14	14:15-24
Kẻ trộm ban đêm		24:42-44	12:19-40
Người đầy tớ trung tín		24:45-51	12:42-46
Người khôn và người dại		25:1-13	
Ta lâng		25:14-30	19:11-27
Chiên và dê		25:31-46	
Hai người mắc nợ			7:41-50
Người Sa-ma-ri nhơn lành			10:25-37
Người bạn kiên nhẫn			11:5-8
Người giàu rồ dại (rich fool)			12:13-31
Cây vả dưng			13:6-9
Chỗ ngồi thấp hèn			14:7-14
Yến tiệc lớn			14:16-24
Người xây thành			14:28-30
Vua chiến sĩ			14:31-33
Chiên lạc			15:1-7
Đồng tiền bị mất			15:8-10
Con trai hoang đàng			15:11-32
Người quản gia gian ác			16:1-8
Người giàu và La-xa-rơ			16:19-31
Người đầy tớ khiêm nhường			17:7-10
Đàn bà goá kêu nài			18:1-8
Pha-ri-si và người thâu thuế			18:9-14

ỨNG DỤNG

Mục đích của Phúc Âm Lu-ca là viết cho Thê-ô-phi-lơ, người ngoại vừa mới tin Chúa, lẽ thật về Đức Chúa Jesus Đấng Cứu Chuộc. Ông giới thiệu Chúa Jesus là Con của Đức Chúa Trời trong hình thể con người hoàn toàn. Phúc Âm của Lu-ca rất dễ hiểu, rất chi tiết về lịch sử, mục vụ của Chúa Jesus và sự tôn trọng về quý bà. Lu-ca nói nhiều về Đức Thánh Linh và đặc biệt những thí dụ Ngài kể hơn các Phúc Âm khác.

Chúa Jesus và sự khiêm tốn trong Phúc Âm Lu-ca

Nhóm người	Kinh Thánh
Ngoại bang	2:10, 32; 4:25-27, 7;9; 10:30-37; 14:23; 17:16
Nghèo khổ	1:46-55; 4:18; 6:20-23; 7:22; 14:13, 21-24l 16:19-31; 21:1-4
Thâu thuế và "tội nhân"	5:27-37l;7;27, 30, 34, 36-50; 15:1-2; 19:7
Bịnh và tật nguyền	4:31-41; 5:12-26; 6:6-11, 17-19; 7;1-17; 8:26-9:2; 9:37-43; 17:11-19; 18:35-43
Đàn bà	7:36-50; 8;1-3; 18:10-38:45
Con trẻ	2:17, 27, 40; 9:46-48; 17:2; 18:15-17

Những chữ chìa khóa

Con người, tình yêu, người tội lỗi, tôn vinh.

GIĂNG
CHÚA JESUS LÀ CON ĐỨC CHÚA TRỜI

Khi Giăng viết Phúc Âm, nhiều năm sau đó kể từ ba sách Phúc Âm trước đã viết. Ma-thi-ơ viết cho người Do-thái, Mác viết cho người La mã, Lu-ca viết cho người Hy lạp, Chúa dùng Giăng viết Phúc Âm cho mọi người có thể đọc.

Vào giữa thế kỷ hay kể từ khi Chúa Jesus thăng thiên, Hội Thánh được thành lập và Phúc Âm được truyền ra khắp thế gian. Một sự kiện lớn hơn cho chúng ta nghĩ về ý nghĩa mục vụ sự dạy dỗ của Chúa Jesus đã thực thi. Thực tế, trong thế kỷ đầu tiên đã kết thúc, có nhiều tà giáo xuất hiện bắt đầu lớn mạnh, sự thánh khiết của Hội Thánh bị đe dọa. Phần này cắt nghĩa tại sao Đức Thánh Linh hà hơi để hướng dẫn Giăng, người gần gũi Chúa Jesus khi ông viết Phúc Âm. Nhu cầu khẩn cấp cho một vài người có thẩm quyền làm sứ đồ, để nói rõ ràng và mạch lạc ở đời sống và sự dạy dỗ của Chúa Jesus. Giăng là người được Chúa chọn, Phúc Âm của ông viết nhiều về lời Chúa Jesus phán hơn ba Phúc Âm khác.

GIĂNG VÀ BA SÁCH PHÚC ÂM

Ba sách Phúc Âm đầu tiên được gọi là Synoptic Gospel (nghĩa là khi so sánh ba sách thì sẽ thấy có sự giống nhau). Họ nhìn vào đời sống Chúa Jesus có chung một phương diện giống nhau như: Họ chia sẻ những câu chuyện giống nhau, niên đại, sự dạy dỗ, và điểm nhấn mạnh cũng như nhau. Phúc Âm Giăng, đứng riêng, nếu không có lý do nào khác hơn là ít nhất 90% của sách Giăng khác với ba Phúc Âm trước. Giăng cũng hàm ý về niên đại khác nhau (ba năm mục vụ của Chúa Jesus, còn trong ba sách Phúc Âm trước chỉ nói đến một năm mục vụ của Chúa Jesus Christ). Giăng cũng gợi ý những khía cạnh khác về sự dạy dỗ của Chúa Jesus (mối quan hệ gần gũi với Đức Chúa Cha và đến từ trời 3:13; 5:18; 10:30; 17:5; Ma-thi-ơ 11:27), và nhấn mạnh mục vụ của Chúa Jesus trong và ngoài thành Giê-ru-sa-lem, không tìm thấy từ ba sách Phúc Âm trước. Vì những lý do nầy, vài nhà thần học đặt câu hỏi không biết Giăng có biết ba sách Phúc Âm trước đó không?

Logos

Cả hai niên đại và địa lý có sự khác biệt, Ma-thi-ơ và Lu-ca cho biết Chúa Jesus là con người được sanh bởi nữ đồng trinh Ma-ri. Mở đầu của Giăng (1:2-28) viết thần tánh của Jesus là "Ngôi Lời" (*logos*). Trong Synoptics, mục vụ của Chúa Jesus bắt đầu tại Ga-li-lê, và chuyển đến Giê-ru-sa-lem đưa đến sự chết của Chúa Jesus.

Ở bốn sách Phúc Âm, Chúa Jesus đi qua giữa xứ Ga-li-lê và Giu-đa trong thời gian mục vụ của Ngài, Giăng giới thiệu mục vụ của Chúa Jesus khác hơn ba sách Phúc Âm kia.

Mục vụ của Ngài trọng tâm là Giu-đa, không phải trong Ga-li-lê. Mục vụ của Ngài kéo dài ba năm, không là một năm. Mục vụ của Ngài được liên kết cách không thể giải thích được, đến sự quan sát của những buổi đại lễ hành hương của dân Giu-đa.

Ngay cả sự chết của Chúa Jesus cũng được ghi lại thời gian không giống nhau. Khác với Synoptic, Chúa Jesus bị đóng đinh vào ngày chuẩn bị lễ Vượt qua (19:31), và buổi ăn cuối không phải là buổi ăn lễ Vượt qua như trong ba sách Phúc Âm trước ghi lại. Khác với Synoptic, Chúa Jesus được xức dầu trước khi chôn xác Ngài (19:39-42) và Ma-ri Ma-đơ-len đến mộ trước một mình và khám phá xác Chúa Jesus bị mất (20:1) trước khi bà báo cho Phi-e-rơ và Giăng (20:2-10).

Thiết kế và thứ tự của câu chuyện Chúa Jesus hiện ra sau khi sống lại cũng khác. Chúa Jesus hiện ra cùng Ma-ri Ma đờ-len một lần (20:11-18) và hai lần cùng với môn đồ Ngài trong Giê-ru-sa-lem (20:2-10). Sự hiện ra tại bờ biển Ga-li-lê thay vì trên đỉnh núi (21:1-14).

Buổi sáng trên bờ biển Ga-li-lê

TÁC GIẢ VÀ NIÊN ĐẠI

Giăng, tác giả của sách Phúc Âm thứ tư, cũng là tác giả của ba thư tín mang tên ông và sách cuối cùng của Tân Ước là Khải Huyền. Giăng là em của sứ đồ Gia-cơ. Hai anh em đang làm việc với cha mình, người đánh cá, là những người môn đồ đầu tiên được Chúa Jesus chọn.[13]

Giăng, Phi-e-rơ và Gia-cơ, những người bạn thân và cũng là những người lãnh đạo Hội Thánh trong thành Giê-ru-sa-lem.[14]

Giăng là người trung thành, khuyến khích và có lòng yêu thương. Tình yêu của ông dành cho Chúa Jesus và tha nhân chiếu sáng trong Phúc Âm cũng được tìm thấy trong ba sách thư tín của ông.

Giăng viết Phúc Âm này gần cuối đời, khoảng A.D. 85. Đây là sách đầu tiên trong năm sách mà ông viết ở Tân Ước.

ƯU TIÊN CHO NGƯỜI ĐỌC

Dựa vào mục lục của sách có thể nói, Phúc Âm này viết dành cho mọi người, Do-thái và người ngoại. Ông đặc biệt viết cho người chưa tin Chúa qua cách trình bày về sự cứu rỗi dành cho họ.

MỤC ĐÍCH

Giăng viết Phúc Âm với hai mục đích chính:

---

[13] Mác 1:19-20.
[14] Ga-la-ti 2:9.

26

Đưa người chưa tin đến nhận biết Chúa Jesus và,
Làm cho họ mạnh mẽ đức tin trong Đấng Christ.

ĐỀ TÀI

Đời sống vĩnh cửu chỉ có trong Jesus Christ, Con độc sanh của Đức Chúa Trời.

CÂU GỐC

"Đức Chúa Jesus đã làm trước mặt môn đồ Ngài nhiều phép lạ khác nữa, mà không chép trong sách nầy. Nhưng các việc nầy đã chép, để cho các ngươi tin rằng Đức Chúa Jesus là Đấng Christ, tức là Con Đức Chúa Trời, và để khi các ngươi tin, thì nhờ danh Ngài được sự sống" (20:30-31).

 CÁCH ĐỌC

Phúc Âm Giăng bắt đầu với "Tin Lành." Những câu 1:1-18 là sứ điệp ngắn ở Phúc Âm với đầy đủ ý nghĩa nhất trong Kinh Thánh. Lời tường thuật của Giăng bắt đầu ngay sau sứ điệp ngắn này. Phúc Âm bao gồm câu 20:30-31, theo sau là "tái bút" ông kể chi tiết tái xác nhận Phi-e-rơ là môn đồ của Chúa Jesus.

DÀN BÀI

Mục vụ cộng đồng	1:1-12:36a
Thời điểm Chúa Jesus bắt đầu	1:1-4:54
Những năm trong sự bắt bớ	5:1-12:36a
Mục vụ riêng	
Ngày chuẩn bị	12:36b-17:26
Giờ chịu hy sinh	18:1-19:42
Buổi sáng vinh quang	20:1-21:25

BỐ CỤC

Sự tường thuật của Giăng chia làm hai phần, mỗi phần đều tập trung vào việc làm khác nhau của Chúa Jesus: Công chúng và mục vụ riêng.

"Xoay quanh" ở giữa Phúc Âm tập trung vào mục vụ của Chúa Jesus. Câu cuối 12:36 chép, "Đức Chúa Jesus phán như vậy, rồi đi, và ẩn mình cách xa họ." Tại thời điểm này, Chúa Jesus đã chia sẻ về Tin Lành cứu rỗi cho mọi người, nhưng hầu hết họ từ chối Ngài, bây giờ tiến đến thập tự giá, Ngài bắt đầu ban lời dạy dỗ cuối cùng cho môn đồ Ngài.

1:1 Mục vụ công khai (ba năm)		12:36b mục vụ riêng (vài ngày) 21:25	
Giới thiệu đến dân sự	5:1 chống đối bởi người lãnh đạo	Giới thiệu cho các môn đồ	18:1 bắt bớ và đắc thắng

Mục vụ công khai – Sách của dấu kỳ (1:1-12:50). Trước và khác biệt hơn hết, đặc điểm của Giăng là nhấn mạnh sự vinh hiển về thần tánh của Đấng Christ. Ngài đồng đẳng, đồng quyền với Đức Chúa Trời, Đấng nhập thể trong thân thể con người. Điều khác thường nầy bày tỏ và được nói tự do nhiều cách ở Phúc Âm Giăng.

1. Phẩm chất về thần tánh của Chúa Jesus còn tồn tại đời đời.
2. Chúa Jesus là sứ giả thần tánh duy nhất.
3. Ứng nghiệm lời phán của Chúa Jesus đối với dân Y-sơ-ra-ên là hy vọng của (Cựu Ước), Đấng trả lời nhu cầu sâu xa nhất cho con người.

Đây là những cách có thể giúp chúng ta chú ý thế nào Giăng giới thiệu Chúa Jesus, Đấng duy nhất Con của Đức Chúa Trời cho chúng ta biết. Giăng 1:1 "Ban đầu có Ngôi Lời, Ngôi Lời ở cùng Đức Chúa Trời, và Ngôi Lời là Đức Chúa Trời." Có hai điểm quan trọng trong câu Kinh Thánh nầy:

1. Mối quan hệ giữa Đức Chúa Trời và Ngôi Lời (Jesus)
2. Mối quan hệ gần gũi giữa Đức Chúa Trời và con người

Đức Chúa Trời được giới thiệu là Đấng Hằng Sống có mối quan hệ với Ngôi Lời trong sự sáng tạo (1:1-2, 18). Ngài là Đấng Tạo Hóa (1:3), cũng là Đấng sai (John the Baptist) Giăng Baptist (1:6), và làm người tin được tái sanh trong đời sống thuộc linh (1:12-13). Đức Chúa Trời là Đấng không thấy được, Chúa Jesus là Đấng bày tỏ Đức Chúa Cha cho thế gian biết (1:18; Hê-bơ-rơ 1:1-2). Có sự khác biệt trong lời mở đầu của sách Tin Lành Giăng "Đức Chúa Trời -Ngôi Lời được diễn tả CHA/CON. Điều nầy nghĩa là "Đức Chúa Trời" có thể nói ít nhất hai hình thể, Cha và Con (Khostenberger, p. 51).

Ngôi Lời trở nên xác thịt và mối quan hệ Con-Cha trong Phúc Âm Giăng

1:1	Ngôi Lời (logos) = Đức Chúa Trời (theos) Chúa (theos) có từ trước
1:14	Ngôi Lời (logos) --- xác thịt từ trước cho đến bây giờ
1:14-18	Con (huios; 'sai đến') Cha (pater, 'Đấng sai')

Những đức tính của Đức Chúa Trời
Đấng đời đời (1:1-2)
Nguồn gốc của sự tái sanh (1:13)
Không thấy được (1:18)
Chúa Jesus đến thế gian (3:2; 6:46; 8:42, 47; 9:33; 13:3; 16:27-30)
Yêu thương thế gian (3:16)
Lẽ thật (3:33; 17:3)
Đấng sai con một của Ngài (3:17, 34).
Thần (4:24)
Đức Chúa Trời có một (5:44; 17:3)
Được Chúa Jesus chứng nhận (6:27)
Là Đức Chúa Cha (6:27)
Là Đấng mà Chúa Jesus đã giảng dạy và thần lẽ thật (7:17; 8:40)
Đấng đã phán cùng Môi-se (9:29)
Đấng nghe lời cầu nguyện của người công bình (9:31; 11:22)
Chúa Jesus là Đấng sẽ trở lại (13:3)

Đức Chúa Trời là Cha của Chúa Jesus và môn đồ của Ngài (20:17).

Công việc của Chúa Jesus với người Do thái được nổi bật qua bảy phép lạ:

Biến nước thành rượu (2:1-11)
Chữa lành con của người quan thị vệ (4:46-54)
Chữa lành kẻ bại (5:1-9)
Hóa bánh cho 5,000 người ăn (6:1-14)
Đi trên mặt biển (6:15-21)
Chữa lành người mù (9:1-12)
Gọi La-xa-rơ từ kẻ chết sống lại (11:1-41).

Chén dùng cho đám cưới tại Ca-na

Những "dấu kỳ" được khẳng định sứ điệp của Chúa Jesus và xác định danh hiệu Đấng Mê-si. Phần cuối của Phúc Âm Giăng, ông viết thêm một phép lạ: Phép lạ bắt cá (21:1-11) được thực hiện sau khi Chúa Jesus sống lại. Xoay vòng xứ Ca-na là ký thuật hiệp nhất theo sự mô tả mục vụ lúc đầu của Chúa Jesus từ Ca-na (2:1) đến Ca-na (5:54). Trong đó, Ngài làm phép lạ đầu tiên, biến nước thành rượu, bày tỏ sự vinh hiển của Đấng Mê-si (A-mốt 9:13-14). Theo sau đó là sự dọn dẹp đền thờ, Chúa Jesus lật đổ các bàn đổi tiền (2:12-23), gặp Ni-cô-đem người lãnh đạo trong Giê-ru-sa-lem, người mà Chúa Jesus cắt nghĩa về "sự sanh lại" (3:1-21). Trong phần kế đến, Chúa Jesus bày tỏ chính Ngài là Đấng Mê-si cho người đàn bà Sa-ma-ri tại giếng nước trong xứ Sa-ma-ri (4:1-42).

Ứng nghiệm Lời Chúa Jesus cho những đại lễ trong Cựu Ước.

Đại Lễ	Kinh Thánh	Sự Ứng Nghiệm
Lễ Vượt qua	Xuất Ê-díp-tô-ký 12:1-4; Lê-vi-ký 23:4-5; Giăng 1:29-36; 2:13; 6:4; 11:55; 12:1	Cũng được biết như *Pesach*; chiên con bị giết trong ngày lễ mà Chúa đã giải cứu dân Y-sơ-ra-ên ra khỏi Ê-díp-tô. *Sự ứng nghiệm* – Chúa Jesus là chiên con của Đức Chúa Trời vượt qua cho những ai đã được mặc lấy bởi huyết của Chúa Jesus.
Lễ bánh không men	Xuất Ê-díp-tô-ký 12:15-20; Lê-vi-ký 23:6-8	Cũng được biết như *Hag Hamatzon*; Y-sơ-ra-ên phải ăn bánh không men trong bảy ngày. Men trong Kinh Thánh thường chỉ về tội lỗi. *Sự ứng nghiệm* – Chúa Jesus là bánh của sự sống cho những ai được tự do khỏi tội lỗi (leaven).
Lễ trái đầu mùa	Lê-vi-ký 23:9-14	Cũng được biết như *Yom HaBikkurim*; Y-sơ-ra-ên dâng bó lúa đầu mùa đã gặt cho Chúa; bó lúa phải để riêng ra cho thầy tế lễ lấy bó lúa đưa qua lại trước mặt Chúa và được dâng trong ngày thứ ba của ngày lễ. *Sự ứng nghiệm* – Chúa Jesus sống lại trong ngày thứ ba của lễ đầu mùa vì "Ngài là trái đầu mùa của những kẻ ngủ" (I Cô-rinh-tô 15:20).

Lễ Ngũ Tuần	Lê-vi-ký 23:15-22; Công-vụ 2:1-40	Cũng được biết như "Feast of Weeks" hay *Shavnot*; xảy ra 50 ngày sau ngày Sa-bát của lễ bánh không men; Y-sơ-ra-ên dâng lúa mì mới gặt cho Chúa.
		Sự ứng nghiệm – Đức Thánh Linh giáng lâm trên các môn đồ 49 ngày sau khi Ngài sống lại (50 ngày sau sau ngày Sa-bát).
Lễ Thổi Kèn	Lê-vi-ký 23:23-35; Dân-số-ký 29:1-11; Ma-thi-ơ 24:31; I Cô-rinh-tô 15:51-52; I Tê-sa-lô-ni-ca 4:16-17	Cũng được gọi *Rosh HaShana*; kèn thổi lên để gọi dân sự vào trong sự xét lấy tâm hồn mình và ăn năn.
		Sự ứng nghiệm – theo truyền thống thì có liên quan đến sự xét đoán và sách sự sống, sự tái lâm của Chúa Jesus; sự trở lại của Đấng Christ sẽ được tuyên bố bởi tiếng kèn trổi lên.
Lễ Chuộc tội	Lê-vi-ký 23:26-32; 44-46; Rô-ma 3:21-25; Hê-bơ-rơ 9:11-28	Cũng được gọi *Yom Kippur*; thầy cả thượng phẩm dâng lễ chuộc tội trong nơi chí thánh nơi mà hòm giao ước hiện diện; ngày cuối của 10 ngày ăn năn về Lễ Thổi Kèn; hai con dê (một dâng cho lễ chuộc tội và một thả ra ngoài đồng); mang gánh tội lỗi của dân Y-sơ-ra-ên cho một năm nữa.
		Sự ứng nghiệm – Chúa Jesus là Thầy Tế Lễ Thượng Phẩm bước vào thiêng đàng (nơi chí thánh) đã dâng lễ chuộc tội đời đời cho tội lỗi bằng chính huyết của Ngài.
Lễ Lều Tạm	Lê-vi-ký 23:34-43; Giăng 1:14; 7:38-39; 8:12; 9:5	Cũng được gọi *Sukkot*; người Do-thái sống trong lều trong một tuần; nhắc lại sự bảo vệ của Đức Chúa Trời trong lúc họ đi trong đồng vắng; thầy tế lễ đỗ nước ra là dấu hiệu thế gian biết Chúa là Đấng Mê-si phải đến.
		Sự ứng nghiệm - Chúa Jesus sống giữa vòng chúng ta; Chúa Jesus là nguồn nước hằng sống sẽ chảy từ trong lòng người tin (Chúa Jesus đã phán trong ngày lễ Lều Tạm).

Apse, Church of the Transfiguration, Mt. Tabor

Mục vụ riêng – Sách của sự vinh hiển (13:1-21:25). Sau khi ký thuật "dấu kỳ Mê-si" của Chúa Jesus trong "Sách của những dấu kỳ," là đỉnh cao của Ngài đối với người Do-thái (1-12). Giăng viết về sự sống lại và thăng thiêng của Chúa Jesus trong "sách sự vinh hiển" (13-21). Tập trung vào việc chuẩn bị cho môn đồ Ngài một cộng đồng thuộc về Đấng Christ, được tiếp theo bởi sự thương khó của Chúa Jesus, Ngài bị bắt, đóng đinh, chôn, và hai lần đầu tiên Ngài hiện ra sau khi sống lại (20:30-31).

Với ranh giới giữa người tin và không tin bây giờ được vạch ra rõ ràng, Chúa Jesus chú ý đến mười hai sứ đồ để chuẩn bị cho họ thời gian xảy ra sau khi Ngài thăng thiêng. Chuẩn bị nầy, giới thiệu sự hiệp nhất trong phần Phúc Âm Giăng thường hay gọi "Trên phòng cao" hay "Farewell Discourse" (13-17) được đề cập cho ba điều:

Chúa Jesus rửa chân cho môn đồ (13:1-30);
Chúa Jesus khích lệ và nói lời tạm biệt (13:31-16:33, và
Chúa Jesus cầu nguyện như thầy cả thượng phẩm (17).

Trước hết, cộng đồng của Chúa Cứu Thế (Messianic) được tẩy sạch, thật ra cả hai qua việc rửa chân cho môn đồ Ngài (13:1-17), phần tâm linh thì Giu-đa bị cất khỏi giữa vòng các môn đồ (13:18-30). Đối với một cộng đồng được thanh tẩy và sự ra đi của Chúa Jesus là điều sắp xảy ra, lúc nầy Chúa Jesus dạy học trò Ngài chuẩn bị thời điểm khi không còn ở với họ nữa. Chúa Jesus phán dạy không giống như lời tạm biệt của Môi-se với dân sự của Chúa được viết trong Phục Truyền Luật Lệ Ký.

Thời gian Ngài sẽ rời khỏi họ sắp xảy ra, Chúa Jesus an ủi môn đồ: Ta đi sắm sẵn cho các người một chỗ trong Cha tức "nhà của Cha Ngài" (14:2). Để bước theo Chúa, họ phải nhớ duy nhất một con đường đến với Đức Chúa Trời là qua Chúa Jesus (14:6). Chúa phán Ta sẽ sai "Đấng an ủi khác" (14:16), "Thần lẽ Thật" (14:17). Khi Chúa Jesus về thiêng đàng, các môn đồ phải ở trong "cây nho thật" (15:1), vì ở ngoài Chúa họ không làm chi được (15:5). Phải làm chứng cho thế gian rằng họ sẽ bị ghen ghét và bị bắt bớ (15:18-16:33). Hãy biết rằng Chúa đắc thắng đã bảo đảm cho họ (16:33).

Trước khi rời khỏi thế gian, Chúa Jesus cầu nguyện (17:1-26). Trước tiên Ngài cầu nguyện cho chính Ngài (17:1-5), kế đến cho môn đồ Ngài (17:6-19), và cuối cùng cho tất cả những người sẽ tin nhận Ngài qua sự làm chứng và giảng dạy của môn đồ (17:20-26). Mối quan hệ với Đức Chúa Cha:

- Trao hết mọi quyền phép cho Jesus (13:3; 17:2).
- Đã sai Chúa Jesus đến (13:3, 20; 15:21; 16:5, 28, 30; 17:3, 8, 18, 25).
- Làm sáng danh Chúa Jesus (13:31-32; 17:1, 5, 22).
- Bày tỏ chính Ngài qua Đức Chúa Cha (14:6-11; 17:6, 11, 14, 26).
- Ở trong Ngài (14:10-11, 20).
- Hướng dẫn Ngài điều gì phải nói và làm (14:10, 24, 31; 15:10, 15).
- Ban cho điều Ngài cầu xin (14:28).
- Yêu thương Ngài (15:9, 17:23, 26).
- Ban nhân loại cho Ngài (17:6, 9).
- Là Đấng ở cùng Đức Chúa Trời (17:10-11, 21-22).

Mối quan hệ với người tin Ngài:
- Có một chỗ cho người tin Ngài trong thiên đàng (14:2).
- Ngài sẽ sai Đức Thánh Linh xuống ở trong họ (14:16, 26; 15:26).
- Ngài sẽ yêu thương họ (14:21, 23; 16:27). Ngài đến sẽ ở với họ (14:23).
- Ngài sẽ tỉa sửa họ hầu cho họ kết quả nhiều thêm (15:2).
- Ngài sẽ nhậm lời cầu xin của họ (15:16; 16:23).
- Ngài sẽ bảo vệ họ khỏi ma quỉ (17:15).
- Ngài sẽ ở trong họ, và họ sẽ ở trong Ngài (17:22-23).

Sự đau khổ (18-19). Sau khi cầu nguyện, Chúa Jesus biết điều sẽ xảy ra với Ngài (18:4) là một nhóm người có sự giúp đỡ của Giu-đa kẻ phản Chúa, ban đêm đến để bắt Ngài.

Giăng cho đây là một biến cố thật mỉa mai đã xảy ra. Theo cái nhìn của thế gian, câu thầy thượng phẩm hỏi Chúa Jesus (18:19-34), chối Chúa của Phi-e-rơ (18:15-18:25-27), bị Phi lát giam giữ (18:28-19:16), bày tỏ điều bất hạnh của dân Do-thái đã bị dẫn dắt sai về Đấng Mê-si của họ đã chờ lâu nay. Qua cách nhìn của sứ đồ Giăng, Chúa Jesus là Vua của một thế giới khác, Đấng đến thế gian để làm chứng về lẽ thật, sẽ có một ngày Chúa Jesus trở nên Đấng phán xét nhưng bây giờ Ngài vì tội lỗi của thế gian mà phó sự sống mình, bị đóng đinh trên cây thập tự, bị chôn và sống lại để thiết lập việc cuối cùng cho những người "trốn tránh Chúa" vẫn tiếp tục cố nắm lấy thế gian.

Sau khi xét xử và đóng đinh, người Do-thái liên hiệp với thế gian vô tín để chống lại Đấng Christ. Đưa ra một kế hoạch rất tỉ mỉ, bối cảnh trong và ngoài trước mặt Phi lát (18:28-19:16) được hoạch định một quá trình với những lời làm chứng nghịch lý trước mặt (Phi lát và người lãnh đạo Do-thái) được tìm thấy trong những kẻ làm chứng dối nghịch lại Chúa Jesus. Đồng minh của họ đã thành công đóng đinh Ngài trên cây thập tự (19:16b-42).

Ngôi mộ trống

Sự sống lại, hiện ra và ban mạng lệnh cho các sứ đồ (20). Chúa Jesus được chôn trong một ngôi mộ mới bởi Ni-cô-đem và A-ri-ma-tha (môn đồ kín giấu của Chúa Jesus, 19:38-42). Tuy nhiên, Ma-ri Ma-đơ-len đến thăm mộ, mộ trống không, Phi-e-rơ và Giăng, nghe tin như vậy đến và thấy tận mắt (20:3-10). Kế đến Chúa Jesus hiện ra cùng Ma-ri Ma-đơ-len trong vườn và môn đồ Ngài nhiều lần khác nhau (20:11-19).

Những lần hiện ra nầy Chúa Jesus an ủi Ma-ri, cáo trách Thô-ma đã nghi ngờ về sự sống lại của Ngài, và bảo đảm với Phi-e-rơ rằng Ngài đã tha tội vì ông đã chối Ngài. Chúa Jesus đã hiện ra cùng các sứ đồ đang đánh cá suốt đêm vẫn không bắt được gì (21:3). Ngài làm phép lạ cho họ lưới được nhiều cá, chuẩn bị thức ăn buổi sáng trên bờ biển cho họ, Chúa Jesus hỏi Phi-e-rơ ba lần, "Ngươi yêu ta chăng?" (21:15-17). Qua sự ăn năn thật của Phi-e-rơ, Chúa Jesus lại giao nhiệm vụ mới cho ông để hầu việc Ngài.

Tilapia from the Sea of Galilee

Kết thúc (21:1-25). Hai câu kết thúc làm sáng tỏ bằng chứng thật của Phúc Âm và sự quan sát trong khi Chúa Jesus làm nhiều điều khác, không ai có thể viết hết xuống. Nếu bất cứ ai làm, thì cả thế gian nầy cũng không thể chứa hết những sách viết về công việc của Chúa Jesus đã làm.

Bảy câu của Chúa Jesus nói trên thập tự giá

Chúa Jesus nói	Kinh Thánh
"Lạy Cha, xin tha cho họ, vì họ không biết mình làm điều gì."	Lu-ca 23:34
"Quả thật , ta nói cùng ngươi, hôm nay ngươi sẽ được ở với ta trong nơi Ba-ra-đi."	Lu-ca 23:43
"Hỡi đàn bà kia, đó là con của ngươi … đây là mẹ ngươi."	Giăng 19:26-27
"Ê-li, Ê-li, lam-ma-sa-bách-ta-ni?" (Đức Chúa Trời tôi ơi! Đức Chúa Trời tôi ơi! Sao Ngài lìa bỏ tôi).	Ma-thi-ơ 27:46; Mác 15:34
"Ta khát."	Giăng 19:28
"Mọi sự đã trọn."	Giăng 19:30
"Hỡi Cha, tôi giao linh hồn lại trong tay Cha!"	Lu-ca 23:46

SỨ ĐIỆP QUAN TRỌNG

Phúc Âm của Giăng rất dồi dào trong kho tàng thần học mà một người có thể dành cả đời người để học. Đây là những gợi ý để học và nghiên cứu:

1. SỰ GẶP MẶT VỚI CON NGƯỜI
    * Ni-cô-đem là người Do thái quan trọng   3:1-21
    * Người đàn bà Sa-ma-ri   4:4-38
    * Môn đồ hèn nhất   21:15-22

Viết lại sự quan sát và suy nghĩ cho những phân đoạn trên đây như:
    • Điều gì Chúa Jesus phán – không?
    • Chúa Jesus đối xử với từng cá nhân thế nào?
    • Theo bạn Chúa Jesus giảng dạy ra sao?

2. CHÚA DẠY DỖ TRÊN PHÒNG CAO
    • Điều gì quan trọng trong lời Chúa Jesus?
    • "Dấu hiệu" nào là một người môn đồ thật?
    • Mục vụ chính của Chúa Thánh Linh là gì?
    • Điều gì bạn có thể mong đợi trong cuộc sống là một sứ đồ Chúa Jesus?

3. Mười hai "Ta là" của Chúa Jesus

    Xem những câu này và suy ngẫm mỗi câu:

33

"Ta là"
… Đấng Mê-si   4:26
… Bánh sự sống   6:35
… Từ trời   8:23
… Đấng đời đời   8:58
… Ánh sáng của thế gian   9:5
… Cái cửa   10:7
… Đấng chăn hiền lành   10:10
… Con Đức Chúa Trời   10:30
… Sự sống lại và sự sống 11:25
… Chủ và Chúa   13:13
… Đường đi, Lẽ thật và Sự sống 14:6
… Cây nho thật   15:1

Đấng chăn hiền lành

Những chữ chìa khóa
    Tin, yêu

CÔNG VỤ CÁC SỨ ĐỒ
Bắt đầu Hội Thánh người Cơ đốc

Sách Công Vụ là sách thứ hai được viết bởi Lu-ca. Ông gởi cho Thê-ô-phi-lơ, nghĩa là "lover of God" hay "bạn của Chúa." "Công-vụ của các sứ đồ" không phải là sách lược khảo về mục vụ của mười hai sứ đồ; hơn thế nữa là về Phi-e-rơ (1-12), và Phao-lô (13-28). Nhưng trong cái nhìn khác, không nói về họ, thật ra sách viết về công việc của Đức Thánh Linh hành động qua họ được đặt tên là "Công Vụ của Đức Thánh Linh."

Chữ chìa khóa "làm chứng," được nhắc hơn ba mươi lần. Sau khi Đức Thánh Linh giáng lâm trên người tin Chúa trong ngày lễ Ngũ Tuần, "Vậy, những kẻ bị tan lạc đi từ nơi nầy đến nơi khác, truyền giảng đạo Tin Lành" (Công-vụ 8:4). Những người tin Chúa đầu tiên đã cảm động sâu xa về sự chết của Chúa Jesus vì tội lỗi của họ và sống lại khiến họ dâng cả đời sống để làm chứng cho thế gian những điều Chúa Jesus đã làm giữa vòng dân sự (Towns, 2013, p. 395).

So sánh sự khác biệt giữa hai sách

Lu-ca	Công-vụ
Christ bắt đầu dạy về Ngôi Lời	Đức Thánh Linh truyền Ngôi Lời
Christ làm phép lạ bày tỏ thần tánh Ngài	Đức Thánh Linh biến đổi từng cá nhân
Christ chịu chết và sống lại	Christ được khen ngợi bởi Thánh Linh
Con Người đến để cứu mọi người.	Đức Thánh Linh đem người đến sự cứu rỗi.

Trong Cựu Ước, sự vinh hiển của Chúa ở lều tạm và trong đền thờ, nhưng Tân Ước Thần của Đức Chúa Trời sống ở trong con cái Chúa và Chúa Thánh Linh ở cùng khi họ đi "siêu thị, chợ, học, làm việc hay bất cứ nơi nào, và ngoài đường phố" khi làm chứng về quyền năng về sự sống lại của Đấng Christ. Cựu Ước, người Do-thái tách rời với người ngoại qua sự phân biệt về phép cắt bì, ngôn ngữ, tôn giáo và cách ăn mặc. Trong Tân Ước người tin Chúa đến với mọi người Do-thái hoặc người ngoại, làm chứng về Chúa Jesus điều mà Ngài có thể làm cho họ. Ảnh hưởng của họ lan rộng đến xã hội La mã rất mạnh mẽ mà họ được nhắc đến, "Kìa những tên nầy đã gây thiên hạ nên loạn lạc, nay có đây" (17:6).

Sách Công Vụ là một kết nối quan trọng giữa bốn sách Phúc Âm đã viết trước và hai mươi hai sách sau đó. Là sách lịch sử viết về công việc thành lập Hội Thánh Cơ đốc rải rác khắp mọi nơi trên thế giới. Nhưng không "khô khan", người đọc sách sẽ tìm thấy khi nào và thế nào Đức Thánh Linh đến sống trong con cái Chúa; sự bắt bớ đã đe dọa xảy ra với Hội Thánh; ai là người đầu tiên bị tử đạo. Tại sao người chiến sĩ Pha-ri-si tên Sau-lơ thình lình trở thành người có quyền lực đàn áp người tin Chúa thay vì kẻ thù của đạo. Ai là những người mà cả Kinh Thánh được nhắc đến.

Sách Công Vụ, một chữ cần được để ý "làm chứng," tuy nhiên, vì sách viết về lịch sử, không nên dùng như là một tài liệu căn bản cho nhiều sự dạy dỗ khác. Sách viết về những gì xảy ra với Hội Thánh trong thế kỷ đầu tiên, nhưng không nói "tại sao?" Vì điều đó những tác giả trong Tân Ước đều nói đến.

QUAN HỆ SÁCH CÔNG VỤ VỚI NHỮNG PHÚC ÂM KHÁC

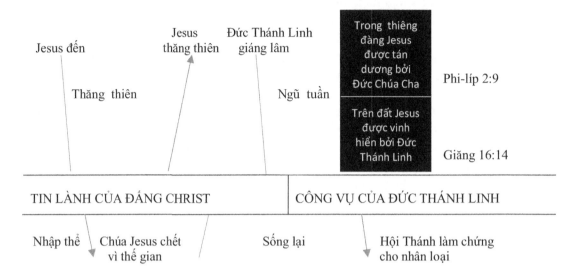

TÁC GIẢ VÀ NIÊN ĐẠI

Cũng giống như chủ đề của Lu-ca 1:1-4 và Công Vụ 1:1, chúng ta có thể cho rằng mặc dầu không nói đến tên tác giả, sách Công Vụ là bác sĩ Lu-ca. Được chấp nhận bởi "sự kết nối tiếp tục" chuyển tiếp viết vào khoảng 61 A.D., thời gian mà Phao-lô ở tù tại Rô-ma trong những đoạn cuối của sách Công Vụ có nói đến.

ƯU TIÊN CHO NGƯỜI ĐỌC

Lu-ca một lần nữa đã viết thư này gởi cho bạn của ông, Thê-ô-phi-lơ, nhưng chúng ta có thể chắc rằng ý định của ông là ghi chép lại lịch sử cách chính xác để cho mọi người đọc.

MỤC ĐÍCH

Mục đích chính để viết tiếp tục sách Phúc Âm của ông được nói đến rất rõ trong câu mở đầu, "Hỡi Thê-ô-phi-lơ, trong sách thứ nhất ta, ta từng nói về mọi điều Đức Chúa Jesus đã làm và dạy từ ban đầu" (1:1). Nếu Phúc Âm của Lu-ca ghi được những chi tiết về Đức Chúa Jesus đã bắt đầu làm và dạy, thì sách Công-vụ có thể viết cách đúng đắn khi ghi lại điều Đức Chúa Jesus đã tiếp tục làm và dạy qua môn đồ Ngài cách Chúa ban và nhận được đầy quyền năng qua Đức Thánh Linh.

ĐỀ TÀI

Cơ đốc nhân là người làm chứng cho Đấng Christ về Tin Lành cho cả thế gian.

CÂU GỐC

"Nhưng khi Đức Thánh Linh giáng trên các ngươi, thì các ngươi sẽ nhận lấy quyền phép, và làm chứng về ta tại thành Jerusalem, cả xứ Giu-đê, xứ Sa-ma-ri, cho đến cùng trái đất" (1:8).

36

 CÁCH ĐỌC

Đọc phân đoạn đầu (1:1-5), chú ý sự liên kết giữa sách Lu-ca và Công Vụ. Một ý nghĩ mới về sách Công Vụ, tuy nhiên, những chữ nói về lời hứa được ứng nghiệm (1:4). Lời hứa này được ghi lại trong Giăng 14:26, bạn nên đọc lại. Bây giờ chúng ta thấy rằng Đức Thánh Linh đã phán như là một "ân tứ."

Câu cuối của Công Vụ chỉ ra vài điều rất thích thú. Phao-lô nói cách dạn dĩ và tự do về đức tin của ông trong Chúa Jesus Christ rao giảng sứ điệp của Ngài cho mọi người tại đó được nghe ... *trong lúc ông đang ở tù*. Thực ra, lời hứa của Chúa Jesus đang mở ra trong sách Công-vụ được bày tỏ sự vinh hiển ở phần cuối của sách.

DÀN BÀI

Hội Thánh Giê-ru-sa-lem được thành lập	1:1-2:47
Hội Thánh được tăng trưởng qua thử thách	3:1-8:1a
Giu-đê và Sa-ma-ri	
Hội Thánh bị tản lạc	8:1b-9:31
Hội Thánh chấp nhận người ngoại (Gentiles)	9:32-12:25
Tận cùng trái đất	
Hội Thánh thành lập trên thế giới	13:1-21:17
Lãnh đạo Hội Thánh bị bắt bớ	21:18:28:31

BỐ CỤC

CÔNG VỤ, BẮT ĐẦU HỘI THÁNH CƠ ĐỐC

1:1 Giê-ru-sa-lem	8:1b Người Giu-đê và Sa-ma-ri	13:1 Tận cùng trái đất 28:31
Hội Thánh được thành lập và bị thử thách	Hội Thánh bị tan lạc	Hội Thánh được thành lập nhiều nơi
Thời điểm của Người Do-thái	Giai đoạn chuyển tiếp	Tin Lành đến khắp mọi nơi

Điểm tốt bắt đầu cho toàn bố cục của sách Công Vụ câu gốc: "Nhưng khi Đức Thánh Linh giáng trên các ngươi, thì các ngươi sẽ nhận lấy quyền phép, và làm chứng về ta tại thành Giê-ru-sa-lem, cả xứ Giu-đê, xứ Sa-ma-ri, cho đến cùng trái đất" (1:8). Đọc những câu chuyện trong sách, bạn sẽ khám phá ra đây là những điều đã xảy ra và thế nào đã xảy ra.

Hội Thánh được thành lập và lớn lên trong Công Vụ bày tỏ chương trình của Chúa để đem Tin Lành rao truyền khắp đất bắt đầu từ sự hy vọng nơi Đấng Mê-si của người Do-thái trong thành Giê-ru-sa-lem (Công-vụ 1) đến thế giới của người ngoại trong thành La-mã (Công Vụ 28). Lu-ca là người sớm nhất đã ghi lại nguồn gốc lịch sử Hội Thánh Cơ đốc đầu tiên khi ông lần tìm theo dấu tích việc thành lập và phát triển Hội Thánh.

Hội Thánh được thành lập (1:1-2:47). Tiếp theo sự sống lại và hiện ra của Chúa Jesus với các môn đồ trong bốn mươi ngày, ban mạng lệnh cho họ làm chứng về Ngài từ thành Giê-ru-sa-lem cho đến cùng trái đất (1:1-3). Sau khi Chúa Jesus Christ về trời, các môn đồ 120 người nhận được phép báp-têm bằng Đức Thánh Linh trong ngày lễ Ngũ Tuần, đại lễ của người Do-thái được tổ chức 50 ngày sau lễ Vượt Qua (2:1-13). Vì sự giảng dạy của Phi-e-rơ, 3,000 tin Chúa và chịu báp-têm, Hội Thánh Tân Ước được biết đến (2:14-47). Mặc dù Đức Thánh Linh được nhắc đến hơn 50 lần trong Công Vụ, nhưng đó không phải là "Công Vụ của Đức Thánh Linh." Có 11 chương mà Đức Thánh Linh không hề được đề cập. Ngài chỉ được nhắc đến thường xuyên nhất trong nửa đầu sách Công Vụ, nơi Lu-ca đang trích dẫn các nguồn khác. Công Vụ không phải chỉ dành cho Đức Thánh Linh mà là Phúc Âm cho Chúa Jesus! Điều này không có nghĩa là mất giá trị của Đức Thánh Linh, nhưng để bảo vệ chúng ta khỏi việc xây dựng một nền thần học chủ yếu và độc nhất về Đức Thánh Linh trong sách Công Vụ.

Sự lan rộng Hội Thánh trong thành Giê-ru-sa-lem (3:1-8:1a). Khi Hội Thánh được thành lập, Lu-ca đã ghi lại công việc làm cho Hội Thánh ở Giê-ru-sa-lem tăng trưởng. Tác giả ghi chép cách kỹ lưỡng về số người tin Chúa ngay lập tức bắt đầu nhân lên số vài ngàn người (4:4). Lu-ca nhấn mạnh rằng, "Đạo của Chúa càng ngày càng tràn ra, số môn đồ tại

"Martydom of St. Stephen" *by Gustave Doré*

Doré Bible Illustrations • Free to Copy
www.creationism.org/images/

Act 7:59-60 And they stoned Stephen, calling upon God, and saying, Lord Jesus, receive my spirit. ... Lord, lay not this sin to their charge. And when he had said this, he fell asleep.

thành Giê-ru-sa-lem thêm lên nhiều lắm" (6:7). Xuyên suốt sách Công Vụ, Lu-ca đã tìm kiếm dấu tích của sự tăng trưởng là bằng chứng về sự ban phước của Đức Chúa Trời trên Hội Thánh. Mặc dầu có nhiều người Do-thái trở nên môn đồ, bên cạnh đó cũng có sự chống đối bởi những người lãnh đạo Do-thái, và Ê-tiên trở thành người Cơ đốc đầu tiên bị tử đạo vì giảng Tin Lành (7:1-60).

Làm chứng trong xứ Giu-đê và Sa-ma-ri (8:1b-9:31). Sau ngày tử đạo của Ê-tiên, Phi-líp, một trong bảy chấp sự đầu tiên (7:1-6), đi đến thành Sa-ma-ri rao giảng Tin Lành với quyền phép kèm theo gặt hái được kết quả tốt (8:4-17). Trong sự đáp lại của những người Sa-ma-ri tin Chúa, Phi-e-rơ và Giăng đi đến thành Giê-ru-sa-lem đặt tay trên người mới tin Chúa và họ nhận được Đức Thánh Linh, chứng minh sự diễn tiến xảy ra đó cho người Do-thái và cũng như cho người Sa-ma-ri tin Chúa. Sau đó, Phi-líp được Đức Thánh Linh mách bảo làm chứng cho hoạn quan Ê-thi-ô-bi trên con đường đi đến Ga-xa (8:26-39). Sau khi Phi-líp cắt nghĩa về Chúa Jesus cho ông ở Ê-sai 53, hoạn quan tin Chúa nhận phép báp-têm. Ông trở về Ê-thi-ô-bi làm chứng về Tin Lành trong cõi Africa.

Sự trở lại đạo của Phao-lô (9:1-31). Một biến cố được xác định trong lịch sử Cơ đốc giáo xảy ra là khi Sau-lơ (sau đó là Phao-lô), là hội viên của Sanhedrin. Mắt ông bị mù bởi vì Jesus Christ hiện ra cùng ông trên con đường đi đến thành Đa-mách, Sau-lơ sau đó được thấy lại và nhận phép báp-têm bởi một môn đồ tên là A-na-nia. Tức thì Sau-lơ trở nên mạnh dạn rao giảng về Chúa Jesus Christ, là Đấng Mê-si. Sau-lơ đã thay đổi tên Do-thái sang Hy lạp La mã tên Phao-lô, ông đã mang Tin Lành đến cho người ngoại.

Mục vụ của Phi-e-rơ (9:32-12:25). Biến cố lớn tiếp theo lịch sử cơ đốc giáo đáng kể là mục vụ của Phi-e-rơ cho người Do thái sống trong vùng Sy-ri An-ti-ốt (9:32-43), sự hiện thấy của ông tại Gióp-ba (10:1-8), sự làm chứng cho nhà Cọt nầy, là những người ngoại tin Chúa đầu tiên (10:9-48). Những chương nầy nói nhiều điều mà Cơ đốc giáo không

hiểu được trong luật pháp, xã hội, phong tục của họ đã bị thay đổi, bao gồm cho người ngoại nữa. Sự cứu rỗi và làm báp-têm cho người ngoại tại Caesarea cánh cửa được mở ra thêm một bước nữa cho mục vụ truyền giáo.

Statue of Peter in the Town of Capernaum

Hội Thánh được thành lập ở các nước khác (13:1-21:17). Hội Thánh được thành lập trong ba chuyến truyền giáo.

Chuyến truyền giáo thứ nhất của Phao-lô (13:1-14:27) – Kế đến Hội Thánh được thành lập ở Cyrus và Tiểu Châu Á khi Phao-lô, Ba-na-ba và Giăng Mác được sai đi như những nhà truyền giáo vào khoảng năm 47-48 A.D. Đội truyền giáo đem Tin Lành đến những thành phố như Pisidian An-ti-ốt, Iconium, Lystra, và Derbe. Có nhiều thành phố trong La mã thuộc tỉnh Ga-la-ti, bức thư gởi cho Ga-la-ti có thể viết gởi cho những Hội Thánh trong miền Nam Ga-la-ti. Hội Thánh Ga-la-ti dường như được viết từ An-ti-ốt ngay sau chuyến truyền giáo nầy.

Hội nghị Giê-ru-sa-lem (15:1-35) – Khi Phao-lô trở lại An-ti-ốt từ chuyến truyền giáo đầu tiên, ông lập tức phát hiện chính mình bị xung đột trong cuộc tranh luận về sự cứu rỗi mà người ngoại phải giữ. Phi-e-rơ và ngay cả Ba-na-ba cũng bị dao động trên mối quan hệ của người ngoại và dân Do-thái. Tệ hại hơn nữa, vài giáo sư giả từ Hội Thánh thành Giê-ru-sa-lem đã xâm nhập từ từ vào Hội Thánh An-ti-ốt và dạy dỗ rằng, "Nếu các ngươi chẳng chịu lễ cắt bì theo lễ Môi-se, thì không thể được cứu-rỗi" (15:1).

Hội Thánh đề cử Phao-lô và Ba-na-ba đi lên thành Giê-ru-sa-lem để giải quyết vấn đề. Hội nghị Giê-ru-sa-lem được tổ chức vào năm 49 A.D., đã quyết định rằng người ngoại không cần phải cắt bì (15:10), cả hai người Do-thái và người ngoại được cứu bởi ân điển qua đức tin (15:11). Gia-cơ, em trai Chúa Jesus, làm mục sư của Hội Thánh Giê-ru-sa-lem, chủ trì hội nghị. Lá thư được gởi ra với thẩm quyền của các sứ đồ truyền cho các Hội Thánh về những điều mà họ cần phải giữ (15:22-30).

Chuyến truyền giáo thứ hai của Phao-lô (15:16-18:22) – Chuyến truyền giáo thứ hai đưa Phao-lô sang Anatolia, Ma-xê-đoan, và A-chai từ năm 49-51 A.D. Phao-lô và Ba-na-ba tách rời tại điểm nầy họ đã không đồng ý về vai trò người bà con của Ba-na-ba là Giăng Mác trong chuyến truyền giáo nầy. Mác đã rời bỏ trở về nhà trong chuyến truyền giáo thứ nhất (15:18). Phao-lô đem Si-la đi theo cùng gây dựng Hội Thánh tại Phi-líp, Tê-sa-lô-ni-ca và Bê-rô-a, Phao-lô ở lại thành Cô-rinh-tô 18 tháng làm cho Hội Thánh mạnh mẽ. Bốn bức thư của Phao-lô gởi cho các Hội Thánh được biết đến từ chuyến truyền giáo thứ hai, hầu hết các nhà thần học tin rằng I và II Tê-sa-lô-ni-ca được viết trong chuyến đi nầy (Kellum, 209, p. 303).

Thành phố A-thên (Công-vụ 17:16-34). A-thên là một thành phố đa thần, thờ phượng "chúa không biết." A-thên cũng là một thành phố triết học. Có hai phái triết học trong thành phố: phái triết học Epicurean và phái Stoic.

A-thên ngày nay

Chuyến truyền giáo thứ ba của Phao-lô (18:23-21:17) – Chuyến truyền giáo thứ ba họ đến thành phố Ê-phê-sô nơi mà Phao-lô dành trọn ba năm ở đó (51-54 A.D.). Gần cuối chuyến truyền giáo nầy, Phao-lô đã làm việc rất khó nhọc, kêu gọi sự dâng hiến để giúp các tín đồ tại thành Giê-ru-sa-lem. Phao-lô viết I and II Cô-rinh-tô và Rô-ma trong chuyến đi nầy.

Phao-lô bị bắt, bỏ tù và đi tàu qua La mã (21:18-28:11) – Tại Giê-ru-sa-lem, Phao-lô bị bắt bởi những nhà lãnh đạo Do-thái, ông đã biện hộ cho chính mình trước Sanhedrin (22:30-23:10). Sự căng thẳng lên cao độ thầy đội chuyển Phao-lô đến Felix, thống đốc Caesarea. Trong hai năm tại Caesarea, Phao-lô đệ đơn lên Felix, Festus, và vua Hê-rốt A-gríp-pa về vụ kiện ông. Trong lúc đó, là một công dân Rô-ma, Phao-lô kiện đến

Caesar và được đưa đến Rô-ma. Tuy nhiên, chiếc tàu bị bể vì bão và đã tấp vào đảo Malia trước khi Phao-lô được đưa đến nhà giam ở Rô-ma, nơi đó ông vẫn tiếp tục giảng dạy Tin Lành cho người chưa biết Chúa Jesus (28:31).

Có hai quá trình xảy ra trong những năm nầy:

1. *Hội Thánh được thành lập và lớn lên qua thử thách* (1:1-8:1a). Hội Thánh bị tan lạc bởi sự bắt bớ (8:1b-12:25), và được thành lập khắp mọi nơi trên thế giới với các cuộc truyền giảng và truyền giáo (13:1-28:31).

2. *Hầu như tất cả những người tin Chúa trong Hội Thánh đầu tiên là người Do-thái* (1:1-8:1a). Các sứ đồ bắt đầu rao giảng Tin Lành cho người ngoại (8:1b-12:25), và thực tế sứ điệp của Hội Thánh được chấp nhận như là sứ điệp của mọi người và cho mọi người (13:1-28:31).

SỨ ĐIỆP QUAN TRỌNG
Qua bố cục bài học, những phần trong sách Công Vụ chứa đầy những quy luật khi bạn đọc những phần này bạn ước ao sẽ học thêm nữa, đọc và cầu nguyện, chú ý:

Mối quan hệ giữa người tin và chưa tin
Phương pháp mục vụ
Bản chất con người là hình ảnh chính
Đặc biệt đức tin là quy tắc chính

PHẦN QUAN TRỌNG TRONG SÁCH CÔNG VỤ

Sự thành lập Hội Thánh   2:10-47
Thông công trong Hội Thánh đầu tiên   4:23-37
Sự sống và chết của Ê-tiên   6:1-8:1a
Trở lại đạo của Sau-lơ ở Tạt-sơ   9:1-19a
Hội Thánh được rao giảng cho người ngoại (Gentiles)   9:32-12:25
Phao-lô – truyền giáo   13:1-21:17
Phao-lô đang bị tù   21:18-28:31

Những chữ chìa khóa
Làm chứng, giảng, dũng cảm

PHÚC ÂM – CÔNG-VỤ - THƯ TÍN

Bốn sách Phúc Âm nói về Tin Lành của Chúa Jesus Christ, và sách Công Vụ cho biết làm thế nào Tin Lành được rao truyền lan rộng ra khắp thế gian hơn ba thế kỷ cho thấy đức tin Cơ đốc và thực hành trở nên rất giới hạn. Tất cả những niên đại ở thư tín từ thế kỷ thứ nhất, và nhiều nhà giải kinh đồng ý hết thảy những bức thư đó điều được viết tay về Chúa Jesus Christ là Đấng mà họ nhận được sự dạy dỗ lời của sự cứu rỗi. Trong sách nầy và nhiều sách kế tiếp chúng ta gọi là Thư Tín, sẽ không bàn cãi nào nữa về những bức thư cho sự dạy dỗ được xếp theo thứ tự đã được viết ra trong Tân Ước.

CÁC THƯ TÍN TÂN ƯỚC

Tân Ước có mười ba bức thư và tám sách khác. Từ thời xưa, những sách nầy đã được sấp xếp theo từng nhóm, thư tín Phao-lô và không phải thư tín của ông, từ sách dài nhất đến sách ngắn nhất đều nằm trong những phân loại sắp đặt nầy.

Bức thư Phao-lô	Sách khác
(Tổng cộng 13)	(tổng cộng 8 sách)
Rô-ma I và II Cô-rinh-tô Ga-la-ti Ê-phê-sô Phi-líp Cô-lô-se I và II Tê-sa-lô-ni-ca 1 và II Ti-mô-thê Tít Phi-lê-môn	Hê-bơ-rơ Gia-cơ 1 và II Phi-e-rơ I, II và III Giăng Giu-đe

Những bức thư trong tù của Phao-lô (Phi-lê-môn, Ê-phê-sô, Phi-líp, Cô-lô-se). Mặc dầu không ai có thể nói chắc tại sao Hội Thánh sắp xếp các thư tín như đã có trong Tân Ước (McRay, 2003, pp 273-281).

GIỚI THIỆU

Công-vụ là sách ký thuật những người tin Chúa trước nhất, cũng là sách lịch sử ghi lại những chuyến truyền giáo và cho biết sự chuyển tiếp từ Giu-đa giáo đến Cơ đốc giáo. Khởi đầu của Hội Thánh đầu tiên được thành lập rất vững trong vòng người Do-thái bao gồm đền thờ, nhà hội, những ngày đại lễ, phép cắt bì, và những ngày kiêng ăn. Khi những mục vụ này phát triển, Cơ đốc giáo càng ngày càng lan rộng ra đến cộng đồng người ngoại và chánh quyền La mã trong thế kỷ thứ nhất A.D.

Sách Công-vụ bắt đầu là sự thăng thiên của Đấng Christ và mạng lệnh Ngài phán với môn đồ là phải làm chứng về Ngài từ thành Giê-ru-sa-lem đến tận cùng trái đất (Công-vụ 1:8). Câu chuyện Hội Thánh đầu tiên được chứng kiến sự giáng lâm của Đức Thánh Linh trong ngày lễ Ngũ Tuần (đoạn 2) đến mục vụ của Phi-e-rơ (2-10). Sau đó chuyển sang mục vụ của Phao-lô (11-28) và tác giả Lu-ca thường cung cấp những nhân chứng (16:10-17; 20:5-15; 21:1-18; 27:1-28:16). Phần nầy bao gồm ba cuộc truyền giáo của Phao-lô, bị bắt tại Giê-ru-sa-lem, giải đến Caesarea, và bị giam ở La mã. Sách kết thúc với tin "mới nhất" là Phao-lô đang chờ để bị xét xử trước Caesar và sứ điệp Phúc Âm tiếp tục truyền ra khi Hội Thánh không ngừng tăng trưởng.

Timetable for Early Period of the Church Hội Thánh đầu tiên qua những thời điểm		
Ngày bắt đầu	Ngũ Tuần, May A.D. 30	Công Vụ 2:5
Phúc Âm lan rộng đến dân Do-thái	AD 30	Công Vụ 2-7
Phúc Âm đến người Sa-ma-ri	AD 31	Công Vụ 8
Sự trở lại đạo của Phao-lô	AD 32	Công Vụ 9
Chuyến thăm Giê-ru-sa-lem của Phao-lô	AD 35	Công Vụ Acts
Phúc Âm đến cho người ngoại	AD 37-38	Công Vụ 10-1
Herod Agrippa chết	AD 44	Công Vụ 12
Chuyến truyền giáo thứ nhất	AD 46-48	Công Vụ 13-1
Hội nghị Giê-ru-sa-lem	AD 49	Công Vụ 15
Chuyến truyền giáo thứ nhì	AD 50-52	Công Vụ 16-1
Chuyến truyền giáo thứ ba	AD 53-57	Công Vụ 19-2
Chuyến đi của Phao-lô đến Giê-ru-sa-lem	Lễ Ngũ Tuần, A.D. 57	Công Vụ 20:16

RÔ MA
Sự cứu chuộc của Chúa dành cho tội nhân

Một trong những cách mô tả để dễ hiểu cho phần này, nước được cung cấp khắp thành phố đến bất cứ nơi nào có người đang sống. Cơ thể là nơi để giới thiệu nguồn nước là mạch sự sống. Chúa dùng phương pháp tương tự trong sự truyền rao Tin Lành. Rô-ma là một thành phố quan trọng trong thế kỷ thứ nhất. Nổi tiếng phố đồ cổ trong tây phương, Rô-ma là một vương quốc hùng mạnh. Trong thời Chúa Jesus, có khoảng một trăm triệu người sống trong lãnh thổ Rô-ma. Rô-ma chiếm lãnh vùng đất rộng cả miền Tây đến nước Anh, miền Bắc sang Đức, miền Đông đến Iran, và cả miền Nam chiều dài mấy trăm miles dẫn đến sông Nile, nối liền Ê-díp-tô. Chỉ vài vương quốc trong bất kỳ thời đại nào của lịch sử nhân loại lại có một lãnh thổ hùng mạnh và rực rỡ như Rô-ma.

Những người Cơ đốc giáo Do-thái đầu tiên đến Rô-ma khi nghe Phi-e-rơ giảng trong ngày lễ Ngũ Tuần (Công-vụ 2:10), ông đem sứ điệp Phúc Âm về nhà hội ở thủ đô La mã. Truyền thống cho biết Phi-e-rơ làm mục vụ ở tại Rô-ma vào khoảng cuối năm 30 A.D. (30's) rất kết quả cho người ngoại. Trong bất cứ trường hợp nào, vào khoảng năm 49 A.D., người tin Chúa có mặt xen giữa vòng người Do-thái, Rô-ma có số đông người tin Chúa sống cùng trong một cộng đồng lớn.

Tân Ước đề cập đến Rô-ma nhiều lần. Hai lần Phao-lô có ý định đi đến thành Rô-ma để giảng đạo (Công-vụ 19:21; 23:11). Thư tín của ông mang tên một thành phố lớn (Rô-ma 1:7, 15).

Mở một Hội Thánh trong thành phố Rô-ma, Chúa dùng để rao truyền Tin Lành cách nhanh chóng đến với thế gian. Câu, "Đường nào cũng về La mã!" là thật đúng.

Thư Rô-ma được viết để gởi đến Hội Thánh trong thành phố này. Lối viết bao gồm những lời giải nghĩa rõ ràng, ý mạch lạc về cách sống của người tin Chúa. Đây là điều cấp bách dành cho một thành phố có ảnh hưởng lớn để trình bày rõ về lẽ thật.

TÁC GIẢ VÀ NIÊN ĐẠI

Khi đọc câu mở đầu cho chúng ta một ít nghi ngờ với người tác giả của thư tín nầy. Phao-lô như nhấn mạnh hơn cách rõ ràng khi viết, và cũng cho người đọc biết ông được "gọi làm sứ đồ, để riêng ra đặng giảng Tin Lành của Đức Chúa Trời …" (1:1). Chúng ta học câu chuyện kỳ diệu này về sự trở lại đạo của người Do-thái danh tiếng trong sách Công-vụ.

Paul's letter to the Roman, Written from Corinth
Temple to Zeus in Corinth – Cultured, but Pagan

45

Phao-lô sanh ra trong gia đình người Do-thái, có thể vào khoảng thời gian Chúa Jesus giáng sinh. Ông được dạy dỗ trong một nhóm danh tiếng nhất gọi là học giả người Pha-ri-si, và mau chóng trở thành một người lãnh đạo của Do-thái Zealous muốn tiêu diệt Cơ đốc giáo đến tận cùng.[15] Nên tin tức sự trở lại đạo của ông xảy ra trên đường đi bắt bớ người tin Chúa Jesus là sự việc chấn động cho cả chính quyền La mã, người Cơ đốc giáo và dân ngoại. Chúng ta biết từ lá thư mà Phao-lô chính ông chưa lần nào đến thăm Hội Thánh Rô-ma,[16] mặc dầu có thể phỏng đoán từ lá thư nầy ông có chương trình đi Rô-ma.[17] Phao-lô viết thư tín nầy gần cuối cuộc truyền giáo thứ ba, từ thành phố Cô-rinh-tô trong Hy-lạp,[18] vào khoảng năm 56 A.D.

ƯU TIÊN CHO NGƯỜI ĐỌC
Lúc bấy giờ có một Hội Thánh mạnh mẽ trong thành phố Rô-ma, vì được chính Phao-lô gởi thư đến. Tuy nhiên, Kinh Thánh cho chúng ta biết Phao-lô chưa đến thăm thành phố này trước đó, ông chính là người thành lập Hội Thánh tại đây. Mối thông công trong Rô-ma đa dạng, bao gồm người Do-thái và người ngoại tin Chúa, nhóm lại trong nhiều nhà và nhiều nơi khác nhau. Dân số của thành Rô-ma thời điểm này có thể gần một triệu người. Vua La-mã cũng được kể là chúa vì có nhiều người bản quốc đã chống lại người tin nhận Chúa Jesus." Làm người Cơ đốc trong Rô-ma không dễ dàng khi nhóm họp lại.

MỤC ĐÍCH
Thư của Phao-lô viết để dạy dỗ, khuyến khích, và làm cho mạnh mẽ Hội Thánh trong một thành phố có ảnh hưởng trong lẽ thật của Tin Lành.

ĐỀ TÀI
Sự công bình của Chúa ban cho tội nhân là người tin nhận Chúa Jesus Christ.

CÂU GỐC
"Thật vậy, tôi không hổ thẹn về Tin-Lành đâu, vì là quyền phép của Đức Chúa Trời để cứu mọi kẻ tin, trước là người Giu-đa, sau là người Gờ-rét, vì trong Tin-Lành nầy có bày tỏ sự công bình của Đức Chúa Trời, bởi đức tin mà được, lại dẫn đến đức tin nữa" (1:16-17a).

 CÁCH ĐỌC
Mười bảy câu đầu của sách, gọi là lời mở đầu, do Phao-lô chào thăm và giới thiệu cả quyển sách (1:1-17). Đọc chậm rãi phân đoạn mở đầu, rồi đọc phần cuối của sách thì biết đây là sứ điệp chính của Phao-lô viết. Chỉ trong phần cuối, Phao-lô nhắc đến những người đặc biệt, mọi người có thể cảm nhận được sự sốt sắng và nhiệt tâm trong lòng của Phao-lô khi viết thư này.

---

[15] Công-vụ 26:4-11.
[16] 1:13 và 15:28.
[17] 1:10-15 và 15:22-29.
[18] Công-vụ 18:23-21:17, cũng là tên "Gai-út" nhắc trong cả hai Rô-ma 16:23 và I Cô-rinh-tô 1:14.

So sánh cách viết sách lúc bắt đầu và kết thúc, chúng ta nhận ra sự đầy đủ và đắc thắng, thí dụ phần mở đầu Phao-lô viết lời nồng ấm trong sự biết ơn Chúa, "Vì hết thảy anh em mà tạ ơn Đức Chúa Trời" (1:8), và câu cuối với lời ca ngợi Chúa, "nhân Đức Chúa Jesus Christ, nguyện xin vinh hiển về nơi Đức Chúa Trời khôn ngoan có một, đời đời vô cùng! A-men (16:27). Đây là sách thật sự rao giảng về sự đắc thắng trong Chúa Jesus Christ.

DÀN BÀI

Mở đầu	1:1-17
Dạy dỗ	1:18-11:36
Sự thánh khiết của Chúa trong sự đoán phạt tội lỗi	1:18-3:20
Ân điển của Chúa dành cho tội nhân "công bình"	3:21-5:21
Quyền năng Chúa làm cho người tin nên thánh	6:1-8:39
Sự cứu rỗi của Chúa cho người Do-thái và người ngoại	9:1-11:36
Thực hành	12:1-15:13
Người đầy tớ Cơ đốc	12:1-21
Công dân thiên quốc	13:1-14
Anh em trong Đấng Christ	14:1-15:13
Kết thúc	15:14-16:27

BỐ CỤC
RÔ MA, SỰ CỨU RỖI CỦA CHÚA DÀNH CHO TỘI NHÂN

MỞ ĐẦU 1:1-17	SỰ DẠY DỖ			"A-men"	"rồi" THỰC HÀNH	KẾT THÚC 15:14-16:27
	1:18 TỘI	3:21 CỨU RỖI	6:1 NÊN THÁNH	9:1 QUYỀN NĂNG	12:1 PHỤC VỤ 15:13	
	CHÚA THÁNH KHIẾT	ÂN ĐIỂN CỦA CHÚA	QUYỀN NĂNG CỦA CHÚA	ĐẤNG CHỦ TỂ	SỰ VINH HIỂN CỦA CHÚA	

Sách Rô-ma, giống như những thư tín khác của Phao-lô, được chia làm hai phần chính: Sự dạy dỗ (dạy đúng) và áp dụng (sống đúng). Trong phần nầy, được chia ra cách rõ ràng 1:18-11:36 và 12:1-15:13. Chú ý đặc biệt về sự dạy dỗ kết thúc với chữ "A-men" để áp dụng phần bắt đầu với chữ "cho nên." Trong hai phần lớn nầy được chia ra năm phần nhỏ, mỗi phần tập trung vào đề tài khác nhau – sự cứu rỗi.

Lời chào thăm (1:1-7). Có hình thức hơn các thư khác của Phao-lô và đưa ra cách rõ ràng cho sự rao giảng Phúc Âm, đã được giao phó cho ông bởi Chúa Jesus. Qua lời giới thiệu nầy, Phao-lô tóm tắt sự rao giảng Phúc Âm không phải đến từ loài người mà đến từ Chúa chứng nhận chức sứ đồ của ông.

Mối quan hệ của Phao-lô với Hội Thánh Rô-ma (1:8-15). Ông nghe nói tốt về họ và bày tỏ lòng ước ao của ông là đến thăm để khích lệ lẫn nhau. Trên hết mọi sự, ông ước ao rao truyền lời Chúa ở Rô-ma, và phần chính của bức thư là Phúc Âm được truyền ra khắp nơi.

Bày tỏ chủ đề (1:16-17). Diễn tả chủ đề của bức thư, Phao-lô tuyên bố ông không hổ thẹn để rao giảng Tin Lành, vì trong Tin Lành có quyền phép để cứu mọi kẻ tin, người Giu-đa hay người Gờ-réc. Tin Lành bày tỏ được sự công bình của Đức Chúa Trời trong lời tuyên bố cho tội nhân được trở nên công bình không kể công việc gian ác của họ dựa trên sự chết của Chúa Jesus Christ - là lẽ thật (3:21-26). Phao-lô nhắc người đọc hiểu được cứu bởi đức tin không phải là một sứ điệp mới nhưng là sự thật được thiết lập cho một sứ điệp trọng tâm trong Cựu Ước (Ha-ba-cúc 2:4; cũng được trưng dẫn ở Ga-la-ti 3:11; Rô-ma 1:1-2). Vì ban cho ai tin nhận Chúa trong Cựu Ước và Tân Ước, sự công bình là kết quả đến trong đời sống lúc nào cũng được kể là đức tin căn bản cho người tin.

*Cần sự cứu rỗi (*1:18-3:20). Trong phần này, Phao-lô đã hết sức khéo léo chứng minh không có sự tự do từ nọc độc của tội lỗi hay phạm tội lỗi (free from the sting and guilt of sin). Phao-lô cho biết cả thế gian đều phạm tội, cho nên họ bị án phạt trước mặt Chúa. Tất cả đều chịu trách nhiệm về tội lỗi mình, và không ai có thể được xưng công nghĩa qua sự làm lành hay luật pháp mà được xưng công bình cho họ.

Cách được sự cứu rỗi (3:21-5:21). Tại đây Phao-lô chứng minh chủ đề trọng tâm của sự cứu rỗi qua đức tin, ngay cả nhìn lại lịch sử của Do-thái cho biết được cứu bởi đức tin thì không phải ý "mới" với Chúa. Trước tiên, nói đến sự công bình của Chúa đến với con người – sự xưng công nghĩa (3:21-5:21). Kế đến, truyền đạt về sự công bình của Chúa trong và qua con người (6:1-8:39). Xưng công nghĩa bao gồm xưng công bình của Chúa qua phương diện đức tin trong Chúa Jesus Christ. Sự xưng công nghĩa nầy được ban cho bởi sự chết thay của Christ trên thập tự giá như một người chết vì tội lỗi mình và ban cho tất cả ai đến với Đấng Christ trong đức tin (3:24-26). Xưng công nghĩa bởi đức tin ban cho mọi người như nhau trước mặt Đức Chúa Trời và làm cho vững vàng luật pháp (3:27-31). Kinh Thánh cho biết Áp-ra-ham bày tỏ sự cứu rỗi và sự công bình của Chúa là ân tứ được ban cho qua đức tin (4:1-23). Ngay cả những con người tội lỗi, Đấng Christ chết cho họ để được làm hòa với Đức Chúa Trời (5:1-11). Tội của A-đam đem đến sự chết cho mọi người trong thế gian, nhưng Đấng Christ ban cho ân điển, sự sống, và sự công bình (5:12-21).

Đời sống được cứu rỗi (6:1-8:39). Phần nầy Phao-lô dẫn chúng ta đến khía cạnh khác về sự cứu chuộc, nên thánh bởi sự ban cho của Chúa trong và qua người tin Ngài để làm nên một giống như Chúa Jesus Christ. Khi Đấng Christ chết thay trên thập tự giá, người tin chết với Ngài là đồng sống lại khi Ngài hiện ra. Người tin nên coi mình như đã chết bởi tội lỗi bây giờ sống lại với Chúa và sự công bình của Ngài (6:1-4). Người tin nên dâng cả hai chính mình và thân thể cho Chúa để sống cho sự công bình của Ngài mỗi ngày (6:12-14). Người tin không chỉ được tự do khỏi tội lỗi bây giờ mà sống dưới ân điển Ngài (6:15). Vâng phục người chủ sẽ làm tôi mọi cho chủ, người tin nên dâng thân thể mình cho người chủ mới (Đức Chúa Trời) để mặc lấy sự công bình của Ngài (6:16-23). Phao-lô nói trận chiến của Cơ đốc nhân với tội lỗi xác thịt và cắt nghĩa sự vui mừng được giải cứu sự sống trong Đức Thánh Linh. Sự bảo đảm cho người tin trong Đấng Christ – qua phần kết thúc Kinh Thánh đã tỏ ra sự bảo đảm nầy.

Câu hỏi và trả lời tự học trong Romans 6-7

Phân đoạn	Rhetorical question Câu hỏi gây ấn tượng	Trả lời
6:1-3	"Vậy chúng ta sẽ nói làm sao? Chúng ta phải cứ ở trong tội lỗi, hầu cho ân điển được dư dật chăng?"	"Chẳng hề như vậy! Chúng ta đã chết về tội lỗi, lẽ nào còn sống trong tội lỗi nữa?"
6:15-16	"Vậy thì làm sao? Vì chúng ta không thuộc dưới luật pháp, nhưng thuộc dưới ân điển thì chúng ta sẽ phạm tội hay sao?"	"Chẳng hề như vậy! Anh em chẳng biết rằng nếu anh em đã nộp mình làm tôi mọi đặng vâng phục kẻ nào, thì là tôi mọi của kẻ mình vâng phục."
7:7	"Vậy chúng ta sẽ nói làm sao? Luật pháp há là tội lỗi sao?"	"Chẳng hề như vậy! Nhưng tôi chỉ bởi luật pháp mà biết tội lỗi."
7:13	"Vậy thì điều lành trở làm cớ cho tôi chết sao?"	"Chẳng hề như vậy! Nhưng ấy là tội lỗi đã làm tôi chết, hầu khi nó nhân điều lành làm chết tôi, tự bày ra nói là tội lỗi, đến nỗi tội lỗi nhân điều răn trở nên cực ác."

Mục đích của sự cứu rỗi (9:1-11:36). Trong phân đoạn khó này, Phao-lô đưa ra chương trình của Chúa cho nhân loại. Ông nói mục đích cho cả nước Y-sơ-ra-ên và lan rộng đến cho người ngoại. Ông bày tỏ rằng dân Y-sơ-ra-ên từ chối Chúa vì sự không tin thì không có mâu thuẫn với lời hứa của Ngài cho họ (9:6-13). Chúa không bao giờ hứa rằng tất cả con cháu của Áp-ra-ham đều được cứu. Y-sơ-ra-ên đều phạm tội vì từ chối sự công bình của Chúa bởi đức tin và cố gắng tự xưng công bình riêng cho chính họ (9:30-10:4). Họ sao lãng sự dạy dỗ của kinh Cựu Ước về Phúc Âm bởi ân điển. Sự cứu rỗi lúc nào cũng sẵn sàng qua đức tin (10:5-10) cho cả người Do-thái và người ngoại (10:11-13). Người Do-thái cần nhận biết Chúa Jesus Christ là Chúa Đấng Cứu Chuộc (10:9-10) hiểu về Ngài (10:19-20) nhưng họ đã từ chối điều đó. Cho nên phải chịu nằm dưới sự đoán phạt của Chúa (10:21).

Chúa chưa hề bỏ Y-sơ-ra-ên. Sự từ chối của họ là không chấp nhận chứ không phải hoàn toàn từ chối (11:1-10), có một số ít tin Ngài, cho nên Phao-lô nói mạnh mẽ với dân Y-sơ-ra-ên vì sự cứng lòng của họ nên ân điển sẽ đem đến cho người ngoại (11:11-15). Một ngày nào đó sẽ có sự phục hồi dân Y-sơ-ra-ên gom họ về lập quốc như Chúa đã hứa. Tương lai của Y-sơ-ra-ên được phục hồi là điều chắc chắn sẽ được cứu (11:25-27), Chúa vẫn thương xót họ (11:28-32), Ngài là Đấng thành tín.

Phục vụ cho sự cứu rỗi (12:1-15:13). Phần thứ ba của sách Rô-ma diễn tả trách nhiệm của người được xưng công bình. Đây là những điều bao gồm chết vì anh em mình (12:1-21), với chánh quyền (13:1-14), và kẻ yếu - mạnh (14:1-15:13). Nền tảng của Cơ đốc nhân biểu hiện một đời sống nên thánh của người tin đối với Chúa là dâng thân thể mình như của lễ sống cho Chúa (12:1) sự tái sanh biến đổi đời sống mỗi ngày trong tư tưởng và hành động (12:2).

Dựa vào câu "vậy nên" đã đề cập đến ở 12:1, Phao-lô kêu gọi người tin Chúa nên đáp lại sự thương xót qua cách dâng thân thể mình hoàn toàn và bởi sự đổi mới của tâm thần để biết ý muốn của Chúa. Họ làm điều đó không mang hình ảnh dâng của lễ hy sinh như trong Cựu Ước mà dâng chính thân thể mình làm "của lễ sống và thánh để đẹp lòng Đức Chúa Trời." Đây là sự *thờ phượng thánh*, và cũng là điều phân biệt điều "thiện, sự đẹp lòng, và toàn vẹn trước mặt Chúa (12:2).

Tại đây Phao-lô diễn tả ân tứ thuộc linh thực thi qua công việc bên ngoài (quyền công dân, trách nhiệm của họ trong xã hội) cắt nghĩa về sự sống hòa đồng với anh em trong Chúa là những người có cách cư xử đức tin trong (những vấn đề khác nhau).

SỨ ĐIỆP QUAN TRỌNG
Khi một người kiểm lại những phân đoạn chính của sách Rô-ma, sách cắt nghĩa tại sao học Kinh Thánh, "rõ ràng sách này là học về thần học!" Dưới đây vài phân đoạn bạn cần thận học.

Cả thế gian đang bị đoán xét	1:18:3-20
Sự công bình (sống "đúng" với Chúa)	3:21-5:21
Sự nên thánh (sống "nên thánh" giống Đấng Christ)	6:1-8:39
Y-sơ-ra-ên (quá khứ) đoạn 9; (hiện tại) đoạn 10; (tương lai (đoạn 11)	
Việc làm của người tin Chúa	12:1-15:13

Những chữ chìa khóa
Tội lỗi, công bình, đức tin, Thánh Linh.

I CÔ-RINH-TÔ
Sự khó khăn của Hội Thánh địa phương

Cô-rinh-tô là một thuộc địa của La-mã, một thành phố lớn thứ hai trong tỉnh A-chai, ngày nay chiếm phân nửa miền Nam của Hy lạp. Không những giàu có nhờ thương mại mà còn nổi tiếng về nếp sống tội lỗi, vô luân. Đặc biệt có ngôi đền thờ lớn, thờ thần

Aphrodite, Hy lạp là nữ thần ái tình với một ngàn nữ tư tế vốn là gái điếm thánh thiêng dự phần tế lễ. Nếp sống bê tha, tại thành Cô-rinh-tô từng nổi tiếng khắp thế giới nên trong thời Phao-lô dùng câu "sống như một người Cô-rinh-tô," có nghĩa là sống bê tha, trụy lạc vô luân.

Bản đồ của Hy lạp, thành phố Cô-rinh-tô

Phao-lô đã "thành lập" Hội Thánh nầy trong trung tâm thương mại của Hy-lạp ở chuyến đi truyền giáo thứ hai.[19] Người mới tin Chúa từ chuyến truyền giáo nầy đã thành lập Hội Thánh Cô-rinh-tô. Khoảng năm năm sau đó, Phao-lô viết lá thư này để làm cho họ mạnh mẽ vượt qua những khó khăn đang tác hại.

Hội Thánh trong thành Cô-rinh-tô đang bị dồn dập với những khó khăn, đặc biệt là mối quan hệ giữa người và người có sự chia rẽ về sự lãnh đạo, loạn luân, hôn nhân, anh em trong Chúa kiện tụng với nhau, dùng Tiệc Thánh không đúng theo sự dạy dỗ của Chúa và nhiều chuyện khác nữa. Đây là điều khủng khiếp cho Mục sư. Tâm linh là vấn đề mà Phao-lô nói trong bức thư này. Ông viết từ tấm lòng tan vỡ, nhưng với lòng tự tin và đức tin nơi họ tìm kiếm sự ăn năn và Chúa sẽ chữa lành Hội Thánh.

Những bức thư giữa Phao-lô và Cô-rinh-tô

Tân Ước có hai bức thư của Phao-lô gởi đến Cô-rinh-tô. Nhưng chỉ có hai phần lớn tìm được truyền qua các sứ đồ lưu giữ được.
Bức thư đầu tiên từ Phao-lô gởi đến Cô-rinh-tô, đã bị lạc mất (I Cor. 5:9)
Bức thư từ Cô-rinh-tô gởi cho Phao lô (I Cor. 7:1)
Sự đáp lại của Phao-lô cho Cô-rinh-tô
Phần sau "bức thư đau thương" (2 Cor. 2:3-7:8)
Bức thư thứ ba từ Phao-lô gởi đến Cô-rinh-tô (2 Cô-rinh-tô).

---

[19] Công Vụ 17:15-18:18.

TÁC GIẢ VÀ NIÊN ĐẠI

Một lần nữa, Phao-lô cho biết chính ông là tác giả của lá thư này (1:1). Không giống như sách Rô-ma, Phao-lô quen thuộc cả hai thành phố và con người tại đó. Ông đã ở tại đây một khoảng thời gian.

Phao-lô viết I Cô-rinh-tô trong chuyến đi truyền giáo thứ ba, từ thành phố Ê-phê-sô[20] vào khoảng năm 55 A.D. Đây là thư tín đầu tiên trong ba thư tín mà ông viết trong cuộc hành trình truyền giáo, còn hai thư tín kia là thơ Rô-ma và II Cô-rinh-tô

ƯU TIÊN CHO NGƯỜI ĐỌC

Người tin Chúa trong thành Cô-rinh-tô còn "con trẻ" trong Chúa, hầu hết đến từ người ngoại bang sống tại trung tâm thành phố, có nhiều dân tộc tin Chúa – người Do-thái, người ngoại bang là những người thờ nữ thần Aphrodite và có thể là những người trung lưu Hy lạp.

Phao-lô viết cho họ như là "Hội Thánh của Đức Chúa Trời tại thành Cô-rinh-tô, tức là cho những người đã được nên thánh trong Đức Chúa Jesus Christ" (1:2). Vị trí của họ trong Đấng Christ là nên thánh vì họ đã tin (Tin Lành) của sự cứu rỗi và nhận sự công bình được diễn tả trong thơ Rô-ma. Nhưng chính họ là những người mang tội đã chia rẽ Hội Thánh.

MỤC ĐÍCH

Mục đích của lá thư này là:

Để sửa lại sự dạy dỗ sai

Giúp người tin thấy tội lỗi và sự yếu đuối của họ

Khuyến khích họ làm thế nào có một đời sống mạnh mẽ, trưởng thành trong Đấng Christ.

ĐỀ TÀI

Chúa Jesus Christ và Chúa Thánh Linh ở trong lòng người tin nhận Chúa trả lời tất cả những khó khăn về đời sống thuộc linh của Cơ đốc nhân và Hội Thánh địa phương hơn là thờ phượng và thông công.

CÂU GỐC

"Nhưng tạ ơn Đức Chúa Trời đã cho chúng ta sự thắng, nhờ Đức Chúa Jesus Christ chúng ta. Vậy, hỡi anh em yêu dấu của tôi, hãy vững vàng chớ rúng động, hãy làm công-việc Chúa cách dư dật luôn, vì biết rằng công khó của anh em trong Chúa chẳng phải là vô-ích đâu" (15:57-58).

 CÁCH ĐỌC

Đọc lời giới thiệu của bức thư (1:1-9), chúng ta thấy Phao-lô ca tụng sự tốt lành của Chúa và khẳng định lòng tin của ông trong công việc của Đức Chúa Trời ở đời sống của họ. Ông kết thúc bức thư (đoạn 16) trong lời tích cực. Tuy vậy, len vào giữa sự khích lệ có

---

[20] I Cô-rinh-tô 16:8.

52

sự trừng phạt và lời quở trách. Đều của Phao-lô làm cũng là bài học cho chúng ta ngày nay. Khi cần thiết để đối phó với tội lỗi trong đời sống của người khác, "xen vào giữa" sự khuyến khích và lòng tin trong ân điển của Đức Chúa Trời là ý tốt lành.

DÀN BÀI

BỐ CỤC

I CÔ-RINH-TÔ: KHÓ KHĂN CỦA HỘI-THÁNH ĐỊA PHƯƠNG

Giới thiệu 1:1-9	LỜI TƯỜNG TRÌNH		TRẢ LỜI CÂU HỎI				Kết thúc 16:1-24
	Khó khăn của hội chúng		Khó khăn cá nhân		thờ phượng phục vụ khó khăn		
	Phân rẽ	Tuyệt vọng	Hôn nhân	Tự do trong Chúa	Thứ tự ân tứ thuộc linh, và sự sống lại		
	1:10	5:1	7:1	8:1	11:2	15:58	

Thư I Cô-rinh-tô thật ra là sự đáp lại của Phao-lô với thư mà họ gởi cho ông câu hỏi cá nhân và những vấn đề có liên quan.[21] Ông cũng viết như một kết quả của những điều mà ông nghe về sự khó khăn của Hội Thánh. Từ đây chúng ta có thể kết luận hai phần chính trong thư rất xấu (1:10-6:20) để trả lời những câu hỏi (7:1-15:58). Khi bạn đọc, hãy nhớ hai sự chia rẽ đó trong trí. Rất thích thú để thấy không có khó khăn nào trong 1 Cô-rinh-tô mà không có câu trả lời, làm cho sách nầy thêm giá trị cho chúng ta hôm nay. Sự sống lại của Đấng Christ bởi Đức Thánh Linh ngự trong lòng cung cấp cho người tin đầy đủ câu trả lời. Vài khó khăn được kể lại và câu hỏi là trọng tâm tại đây:

---

[21] 7:1 Phao-lô nói, "luận đến các điều hỏi trong thơ anh em."

53

Giới thiệu (1:1-9). Lời giới thiệu của Phao-lô bắt đầu với một sự khích lệ. Ông diễn tả Hội Thánh Cô-rinh-tô trong cái nhìn của Đức Chúa Trời toàn năng và nên thánh (1:1-3). Ngay cả có nhiều sự khó khăn trầm trọng xảy ra trong Hội Thánh, người đọc thuộc về Chúa được biệt riêng ra khỏi thành phố đầy tội lỗi nầy để hoàn tất mục đích của Ngài.

Thành phố cổ Cô-rinh-tô

Không có sự hiệp một (1:10-4:23). "Tôi khuyên anh em thảy đều phải đồng một ý một lòng với nhau." Phao-lô tìm để giúp đỡ họ hiểu trọng tâm là Đấng Christ hơn là theo một vị lãnh đạo mình thích. Khó khăn của họ (1:10-17) là có nhiều nhóm nổi lên với những người lãnh đạo khác nhau với ý nghĩ họ là người đại diện tốt nhất cho Cơ đốc giáo. Kết quả là không có sự hiệp một (1:10-17). Phao-lô đã khiển trách họ với sự suy nghĩ theo cách thế gian bằng cách cắt nghĩa theo sự khôn ngoan của Chúa khác với sự khôn ngoan của thế gian (1:18-2:21). Sự khôn ngoan của Chúa trỗi hơn sự khôn ngoan của thế gian (1:18-2:5) bởi vì thế gian nghĩ sứ điệp của thập tự giá là rồ dại, nhưng thập tự giá thật sự là quyền phép của Đức Chúa Trời cho những kẻ tin Ngài.

Người không tin (*psychikos anthropos*) sẽ không thể chấp nhận những điều thuộc về Chúa, nhưng người thuộc linh (*pnuematikos*) có đồng tư tưởng với Đấng Christ (2:14-16). Người Cô-rinh-tô đang hành động như người chưa tăng trưởng, con đỏ trong Chúa, vẫn dùng sự khôn ngoan của thế gian, kết quả là gây ra sự chia rẽ giữa họ. Vẫn còn sống theo xác thịt (*sarkikos*), còn bị xác thịt cai trị, sống giống như người ngoại, theo sự khôn ngoan của người không tin kính (3:1-3). Chúa dùng mỗi vị lãnh đạo trong cách khác nhau để gây dựng Hội Thánh, Chúa sẽ thưởng mỗi người tùy theo sự trung tín và kết quả của họ (3:5-4:5). Không ai nên khoe mình hơn kẻ khác. Hơn nữa, họ nên nhận biết rằng người lãnh đạo là "người chẳng ra chi" hay "người rồ dại vì Đấng Christ," sẵn sàng chịu khổ vì Phúc Âm và yêu người Cô-rinh-tô (4:6-21).

Có sự lộn xộn (5:1-6:20). Phao-lô viết về sự lộn xộn (5:1-13), kiện cáo (6:1-11); và không đạo đức (6:12-20). Ông nhấn mạnh thân thể của người tin Chúa là đền thờ của Đức Thánh Linh, được (mua) chuộc lại với một giá rất cao. Sự đáp lại của chúng ta là hầu việc và làm vinh hiển Chúa qua thân thể, không làm cho thỏa mãng tình dục.

Hôn nhân (7:1-10). Phao-lô trả lời vài câu hỏi phức tạp về hôn nhân (7:1-24).
  1. Hôn nhân, phần thưởng của Chúa là tốt lành.
  2. Nếu một người gặp khó khăn với sự cám dỗ trái đạo đức, thì nên lập gia đình để tránh sự cám dỗ (7:1-7).
  3. Trong hôn nhân có liên quan đến sự quan hệ nhau, vâng phục thân thể lẫn nhau (kính sợ Chúa) (7:5).

4. Phao-lô trả lời về ly dị và sự thống nhất trong hôn nhân (7:10-11). Vợ chồng không nên ly dị, nếu ai ly dị nên ở vậy hay tìm cách làm hòa với người vợ hoặc chồng.

5. Khi lập gia đình với người không tin Chúa, không nên tìm cách ly dị (7:10-16). Chúa có thể dùng người tin để cảm hoá người không tin và con cái họ.

6. Phao-lô trả lời về sự liên quan đến lập gia đình hay ở độc thân (7:25-40). Mạng lệnh của Chúa cho một người tin kính khôn ngoan (7:25). Quy tắc là kết quả tốt nhất khi một người cho một lời khuyên giúp người khác hãy hết lòng chăm lo công việc Chúa.

Sự tự do trong Chúa (8:1-11:1). Chúng ta học từ những phân đoạn nầy để làm thế nào áp dụng những nguyên tắc cơ đốc để trả lời những vấn đề nhạy cảm "gray issues." Phao-lô dạy dỗ có liên quan đến sự thờ phượng (8:1-11:34), đặc biệt là đồ ăn cúng thần tượng và những lễ lộc của người ngoại (8:1-11:1), thêm vào đó là cách ăn mặc của các bà (11:2-16). Trọng tâm của những đề tài nầy là sự chống đối mạnh mẽ của Phao-lô về bất cứ điều gì dường như là thần tượng, hay lạm dụng sự tự do (của bạn) trong Chúa Jesus Christ, và phải vâng phục lẫn nhau.

Tiệc Thánh, St. Peter Church

Sự thờ phượng (11:2-14:40). Nơi mà đàn bà và đàn ông đến để thờ phượng (11:2-16); tiệc thánh (11:17-34) dạy rằng nguồn gốc của tiệc thánh nói về sự chết của Chúa và khi dự tiệc thánh con dân Chúa sẽ rao truyền sự chết của Chúa. Ai ăn và uống trong cách không xứng đáng thì sẽ mắc tội với thân và huyết, tội đã gây cho Judas phản bội Chúa Jesus (11:27-34). Tất cả phải tự xét lấy mình về thái độ, công việc trước khi dự lễ tiệc thánh nầy.

Ân tứ thuộc linh (12:1-14:40). Phao-lô trả lời câu hỏi liên quan đến những đề tài về thần học (12:1-15:58) bắt đầu với sự ban cho thiêng liêng (12:1-14:40). Có nhiều ân tứ khác nhau, nhưng tất cả đều đến từ Đức Thánh Linh, cùng chung một mục đích trong sự hầu việc của một thân. Người tin nhận Chúa đều được báp-têm trong một thân của Đấng Christ một phần của Hội Thánh. Giống như những chi trong thân thể, mỗi người có phận sự chính mình, và tất cả những ân tứ được ban để phục vụ Chúa chứ không phải dùng riêng để cạnh tranh lẫn nhau.

Kế đến Phao-lô tập trung vào trọng tâm của phân đoạn (12:31b-13:13). Không có tình yêu (*agapê*), ân tứ thuộc linh không có giá trị. Trong một bài văn thơ ngắn, Phao-lô diễn tả tình yêu thương trong hành động (13:4-7). Trái với ân tứ thuộc linh, sự yêu thương là vĩnh viễn. "Khi Đấng Christ trở lại, không cần nói tiên tri, nói tiếng lạ, hay mọi giới hạn sự hiểu biết về Hội Thánh trong thế gian. Tất cả những ân tứ được ban cho như một thoáng qua cái bóng của sự toàn hảo sẽ đến."

Hãy ước ao các sự ban cho thiêng liêng (I Cô-rinh-tô 14:1). Phao-lô kể ra tên các ân tứ thuộc linh trong nhiều phân đoạn Kinh Thánh (Rô-ma 12; I Cô-rinh-tô 12, Ê-phê-sô 4). Làm thế nào con người đạt được những ân tứ nầy? Còn giá trị cho ngày nay không? Chữ "ân tứ" trong tiếng Hy-lạp có liên quan đến chữ "ân điển." Khi người ta nghe, và đáp lại Phúc Âm về "ân điển" của Đức Chúa Trời đến với Đấng Christ, họ nhận sự ban cho "thiêng liêng." Chữ ân tứ rất đặc biệt, nghĩa là được dùng làm ích lợi cho kẻ khác (I Cô-rinh-tô 12:7) hơn là dùng cho chính mục đích riêng của mình. - Sự tranh luận chung quanh vấn đề về vài ân tứ, như nói tiếng lạ, tiên tri, chữa bịnh, và phép lạ. Người giải nghĩa không đồng ý hết những điều mà các ân tứ nầy tồn tại và thế nào họ dùng trong Hội Thánh đầu tiên. Vài người cho rằng tất cả những ân tứ mà các sứ đồ nhận được đều còn đến ngày nay bởi đức tin. Còn người khác nói rằng Chúa	ban cho họ trải qua những thế kỷ đầu để thi hành trong Hội Thánh nhưng dần dần không còn nữa, như vài phép lạ của Chúa (đi bộ trên mặt nước) dường như bị giới hạn ở mục vụ của Chúa Jesus. Phép lạ làm sáng tỏ sứ điệp của Ngài hơn là Ngài gợi ý rằng các môn đồ Ngài phải đi bộ trên mặt nước. - Quan điểm nào bạn chấp nhận về ân tứ, bạn nên nhớ rằng đức tin, hy vọng và tình yêu thương là những điều trọng hơn hết (I Cô-rinh-tô 13:13). Trọng tâm của (sự) mục vụ Cơ đốc là Phúc Âm của Đức Chúa Trời, không phải là ân tứ. Chúng ta không nên từ chối Đấng Toàn Năng làm việc đúng phải lẽ ban cho chúng ta làm ngày nay vì Ngài là Chúa của chúng ta. Nhưng chúng ta nên lánh xa những việc xấu của người Cô-rinh-tô mà họ đã làm như Phao-lô đã viết trong thư. Trọng tâm của Phúc Âm là phục vụ cho tha nhân và bày tỏ lẽ thật của Phúc Âm cách rõ ràng (I Cô-rinh-tô 14:19).

Sự sống lại thân thể (15:1-58). Đây là phân đoạn chính của I Cô-rinh-tô. Người ta có hai câu hỏi về sự sống lại và Phao-lô trả lời: "Người chết sống lại thể nào, lấy xác nào mà trở lại?" (15:35). Vài độc giả tin sự sống lại của Chúa nhưng không có sống lại cho người tin Chúa (15:12-13). Để bác bỏ ý kiến ấy Phao-lô giới thiệu tầm quan trọng về sự sống lại của Chúa Jesus Christ trong sự hiểu biết về sứ điệp của Phúc Âm (15:15-16:1-11). Chúa Jesus hiện ra nhiều lần, bao gồm với Phao-lô là một nhân chứng Ngài đã sống lại.

Sự hiện ra của Chúa Jesus sau khi sống lại

1. Hiện ra cùng Ma-ri Ma-đơ-len (Giăng 20:11-18).
2. Hiện ra cùng các đàn bà khác (Ma-thi-ơ 28: 8-10).
3. Ngài hiện ra cùng hai môn đồ trên đường về làng Em-ma-út (Lu-ca 24:13-31).
4. Ngài hiện ra giữa mười môn đồ khi họ trốn vì sợ hãi không có Thô-ma (Giăng 20:20).
5. Sau tám ngày, Ngài hiện ra cùng các môn đồ lần này có mặt Thô-ma (Giăng 20:25). Điều này có thể xảy ra thế nào ngoại trừ Chúa Jesus hiện ra trong một thân thể con người.
6. Ngài hiện ra cùng các môn đồ trên bờ biển Ga-li-lê (Ma-thi-ơ 28:16-17).
7. Ngài hiện ra cho hơn 500 người thấy (I Cô-rinh-tô 15:7).
8. Chúa hiện ra cùng Gia-cơ (I Cô-rinh-tô 15:7).
9. Ngài hiện ra cùng Phi-e-rơ trên phòng cao (Lu-ca 24:34; I Cô-rinh-tô 15:5).
10. Hiện ra cùng Phao-lô (Công Vụ 9).
11. Những môn đồ nhìn Chúa Jesus thăng thiên (g) (Công Vụ 1:3-8; Lu-ca 24:44-49).
12. Bảy môn đồ trong lúc đang đánh cá (Giăng 21:1-14).

Kết thúc (16:1-24). Trong những câu kết thúc Phao-lô đã khuyến khích người đọc tìm hiểu về thần học và sự tăng trưởng thuộc linh bởi tình yêu (16:13-14). Ông đã nhắc nhở những người phục vụ Chúa cần được để ý đến Phao-lô đã nêu tên. Sau lời chào thăm, ông đưa ra lời dạy dỗ, "Hằng có ai không yêu mến Đức Chúa Trời, thì phải bị a-na-them nghĩa là bị rủa sả (16:22). Sự khích lệ tại đây đạt đến những người yêu mến Chúa, thêm vào đó là lời rửa sả cho những ai sống cách không khác biệt. Kế đến là Ma-ra-na-tha nghĩa là "Đức Chúa Trời hãy đến!"

SỨ ĐIỆP QUAN TRỌNG

I Cô-rinh-tô chứa đựng nhiều sự dạy dỗ cũng như sự hướng dẫn thực hành để được đời sống nên thánh. Đây là phần sách mà bạn sẽ khám phá về lẽ thật làm sáng tỏ để được khuyến khích nhiều cho ngày nay như đã làm trong thế kỷ thứ nhất. Khi bạn chọn để học, chú ý:

Thực hành để ở hòa thuận với anh em, dùng lẽ thật của lời Chúa để khuyến khích và giữ mối quan hệ anh em lý do để hy vọng trong hiện tại

I Cô-rinh-tô 15 – "sự sống lại"
I Cô-rinh-tô 13 – "tình yêu"
I Cô-rinh-tô 10 – "cảnh cáo"
I Cô-rinh-tô 2 – "sự khôn ngoan"

Những chữ chìa khóa

Khôn ngoan, sự sống lại, thập tự giá, thân thể, thân thể trong Đấng Christ, "trong danh Chúa Jesus Christ."

II CÔ-RINH-TÔ
Mục vụ Tin Lành và ân tứ của Chúa

Phao-lô và Ti-mô-thê
Courtesey FreeBibleimages.org and Sweet Publishing

II Cô-rinh-tô Phao-lô cùng Ti-mô-thê viết gởi cho Hội Thánh thành Cô-rinh-tô, tại đây cho biết về Ti-mô-thê và mối quan hệ với Phao-lô. Phao-lô đã gặp Ti-mô-thê ở chuyến truyền giáo thứ nhì (Công-vụ 16:1), và cả hai đã trở nên bạn thân. Hai bức thư của Phao-lô, I và II Ti-mô-thê gởi cho Ti-mô-thê. Ông và Ti-mô-thê trao gởi hơn năm bức thư mang tên của họ, ngoài I và II Cô-rinh-tô còn có bức thư gởi cho Phi-líp, Cô-lô-se, I và II Tê-sa-lô-ni-ca và Phi-lê-môn.

Thư tín nầy được viết gởi cho Hội Thánh Cô-rinh-tô. Hội Thánh địa phương cũng gặp những khó khăn. Thực ra, có vài tín hữu bắt đầu nghi ngờ về quyền làm sứ đồ Đấng Christ của Phao-lô. Bức thư thứ nhứt và thư này, Phao-lô đi truyền giáo với Tít, viếng thăm Cô-rinh-tô để xem họ sinh hoạt thế nào sau lá thư thứ nhứt ông đã gởi.[22] Tít đã kể cho ông biết vài điều "tốt và xấu." Đã có sự ăn năn và tăng trưởng trong vài lãnh vực, nhưng cũng có một nhóm trong Hội Thánh không có kính trọng Phao-lô. Thư này là sự đáp lại của ông về những gì mà Tít đã kể.

TÁC GIẢ VÀ NIÊN ĐẠI

Phao-lô viết về thẩm quyền của ông trong câu đầu. Lần nầy, Ti-mô-thê ở cùng sứ đồ Phao-lô khi ông viết II Cô-rinh-tô. Khác với lá thư thứ nhất, Phao-lô đang ở Ma-xê-đoan (miền Bắc của Hy lạp) trong chuyến truyền giáo thứ ba, và trên đường đến thăm Hội Thánh Cô-rinh-tô. Lá thư nầy được viết vào khoảng một năm sau lá thư I Cô-rinh-tô, 56 A.D.

ƯU TIÊN CHO NGƯỜI ĐỌC

Phao-lô viết thư này cho nhóm người mà ông đã đề cập trong bức thư trước. Họ vẫn cần giúp đỡ về phần thuộc linh, Phao-lô thường thăm viếng qua thư từ và thăm cách cá nhân.[23] Đây là việc làm đánh dấu mà sứ đồ Phao-lô có thể giữ thái độ phục vụ và tình yêu đối với Hội Thánh đã có nhiều thách thức trong mọi bước họ đi. Có một điều lớn cho chúng ta học từ sự trung tín, cố gắng hết mình của người sứ đồ của Đức Chúa Trời.

MỤC ĐÍCH

Những lý do chính Phao-lô viết lá thư thứ hai này là khích lệ người đã ăn năn và lớn lên trong Chúa. Để bảo vệ chính ông vì những chỉ trích bởi một số người trong Hội

---

[22] II Cô-rinh-tô 2:12 và 7:5-16.
[23] 12:14; 13:1.

Thánh.[24] Lý do thứ hai là để dạy dỗ thêm về sự quyên góp cho những người tin Chúa trong cơn túng ngặt tại thành Giê-ru-sa-lem mà chính ông có trách nhiệm.[25]

ĐỀ TÀI

Đức Chúa Trời ban cho chúng ta mọi việc – đặng rao giảng cho mọi người về Jesus Christ là Chúa (4:1-5).

CÂU GỐC

"Vậy chúng tôi làm chức khâm sai của Đấng Christ, cũng như Đức Chúa Trời bởi chúng ta mà khuyên bảo. Chúng tôi nhân Đức Chúa Jesus Christ mà nài xin anh em hãy hoà thuận lại với Đức Chúa Trời. Đức Chúa Trời đã làm cho Đấng vốn chẳng biết tội lỗi trở nên tội lỗi vì chúng ta, hầu cho chúng ta nhờ Đấng đó mà được trở nên sự công bình của Đức Chúa Trời" (5:20-21).

 CÁCH ĐỌC

Khi chúng ta so sánh sự bắt đầu và kết thúc của bức thư, khám phá sự cảm tạ của sứ đồ khi viết sách nầy,[26] và người bạn thân khi kết thúc quyển sách.[27] Lá thư thứ hai của Phao-lô gởi đến Hội Thánh Cô-rinh-tô làm cho chúng ta thích thú học thế nào một người tích cực trong mục vụ có thể giữ mình bởi sức ép và đau buồn nhứt trong lúc phục vụ Chúa.

CẤU TRÚC CỦA LÁ THƯ

II Cô-rinh-tô là bức thư dành cho Mục sư từ Phao-lô gởi đến Hội Thánh Cô-rinh-tô. Cũng là thư có tính cách cá nhân trong tất cả các thư tín của ông. Trước hết là lời giới thiệu (1:1-11). Phao-lô ngay sau đó viết một phần dài với tính cách dành riêng cho mục vụ có thể thấy, trọng tâm phần nầy là nỗi lo khi biết Tít không đến được (1:12-1:16). Ông chấm dứt với dòng thư tự tin rằng sẽ gặp được Tít. Phao-lô bày tỏ chính mình thật sự là môn đồ của Chúa là Đấng đang hành động trong ông. Cuối thư với lời hứa ông chuẩn bị đến thăm họ rất gần (13:11-14).

DÀN BÀI

Lời chào thăm	1:1-2
Tóm tắt về mục vụ của Phao-lô	1:3-7:16
Quan hệ tốt với anh em trong Chúa	1:3-2:13
Mục vụ cho Tin Lành	2:14-6:10
Vui mừng trong đau buồn	6:11-7:16
Kêu gọi về sự quyên góp	8:1-9:15
Bảo vệ mục vụ của Phao-lô	10:1-13:10
Lời chào tạm biệt	13:11-14

---

[24] 10:10 và 13:3.
[25] 9:1-5; I Cô-rinh-tô 16:3.
[26] 1:1-11.
[27] 13:5-14.

BỐ CỤC

II CÔ-RINH-TÔ, MỤC VỤ CỦA PHAO-LÔ VÀ ÂN TỨ CỦA CHÚA

Chào thăm 1:1-2	Tóm tắt mục vụ của Phao-lô	Kêu gọi quyên góp	Bảo vệ mục vụ của Phao-lô		Kết thúc 13:11-14
	1:3	8:1	10:1	13:10	

II Cô-rinh-tô bao gồm ba phần chính. Dùng dàn bài và biểu đồ trên, đọc từng phần bạn sẽ thấy những phần nhỏ nầy giúp ích cho bạn nhận biết gì khi đọc.

Tóm tắt mục vụ của Phao-lô (1:3-7:16). Là "sứ đồ của Đấng Christ bởi ý định của Đức Chúa Trời" (1:11). Ông là sứ đồ, nhưng bởi ý của Chúa, không bởi ý của ông. Thông thường, Phao-lô với lời cảm tạ, chúc phước nhơn danh Chúa Đấng "an ủi" (1:3-11). Lúc khó khăn trong thư gởi cho người Cô-rinh-tô, Phao-lô dùng tiếng Greek *paraklêsis* chín lần trong câu 3-6 để diễn tả "sự an ủi" của Chúa.

Quan hệ tốt với anh em trong Chúa (1:3-2:13). Sau những câu chào thăm, Phao-lô làm rõ những lời chỉ trích sai về thay đổi của ông trong dịp đến thăm Hội Thánh Cô-rinh-tô bày tỏ cho biết ông yêu họ biết bao đáng tin cậy (1:17-22). Lý do ông không đến thành Cô-rinh-tô được vì không muốn họ buồn. Lần sau khi ông đến sẽ nên sự vui mừng cho họ, và làm cho đức tin họ vững mạnh hơn nữa.

Mục vụ cho Tin Lành (2:14-6:10). Đề tài trong phần này là sứ điệp của Tin Lành, ông tiếp tục giảng dạy ngay cả khi mệt mỏi, được rao giảng về Đấng Christ là sự vui mừng. Phao-lô ví ông là một ống dẫn (4:7) được Đức Chúa Trời sử dụng. Mục vụ là một cơ hội để làm danh Chúa vinh hiển (2:14-4:6). "Vinh hiển" là chữ chìa khóa (Gk. *Doxa*) được nhắc đến 15 lần. Vinh hiển của sự trung tín trong mục vụ được so sánh đến như sự đắc thắng của Đấng Christ. Những người lãnh đạo của La-mã và mục vụ của Ngài là một phần quá trình (2:14-17). Sự vinh hiển về mục vụ là phản chiếu qua người tiếp nhận (3:1-3). Đời sống họ thay đổi bởi sứ điệp của Phúc Âm khi người tin trở nên những bức thư sống ca ngợi, làm chứng về Chúa là Đấng sống trong họ. Phao-lô giải thích sự vinh hiển của giao ước mới trội hơn sự vinh hiển của giao ước cũ ở điểm quan trọng nầy (3:4-18).

Chấp nhận thi hành mục vụ, sự yếu đuối là cơ hội để ông tiếp nhận sức mới từ nơi Chúa (4:7-5:10). Sự yếu đuối của người Mục sư được thấy trái ngược với sự vinh hiển của mục vụ giao ước mới. Sự yếu đuối của ông là một phương tiện bày tỏ rõ quyền năng của Đức Chúa Trời (4:7-15). Để hình dung, Phao-lô so sánh chính ông với chiếc bình bằng đất, được chiếu sáng "ánh sáng của sự hiểu biết về sự vinh hiển của Chúa được soi sáng nơi mặt của Đức Chúa Jesus" (4:6).

Phao-lô muốn người Cô-rinh-tô hiểu một ngày nào đó trước tòa phán xét (*bema*) của Đấng Christ (5:11-13), biết kính sợ Chúa làm người thuyết phục người chưa tin trở nên

61

Cơ đốc nhân. Chúa là Đấng làm hòa chúng ta với Ngài đã ban cho chúng ta mục vụ như là một khâm sai của Đức Chúa Trời, thúc dục người khác có mối quan hệ giống như chúng ta (5:16-6:2). Đối với người tôi tớ Chúa, phải chịu nhiều sự khó khăn để không bị bỏ mất chức vụ (6:3-10).

Vui mừng trong đau buồn (6:11-7:16). "Tôi được đầy sự yên-ủi tôi được vui mừng quá bội ở giữa mọi sự khó khăn" (7:4). Điểm đặc biệt thích thú trong phần này sự mệt mỏi của sứ đồ Phao-lô sanh ra lòng vui mừng bởi tại Cô-rinh-tô người tin nhận Chúa đáp lại sự kêu gọi ăn năn và tình yêu của Chúa (7:16).

Kêu gọi quyên góp (8:1-9:15). Phần nầy bao gồm hầu hết các chi tiết trong Tân Ước sự tự do của tín đồ và trách nhiệm của họ trong sự dâng hiến. Phần kết thúc nhắc nhở mọi ân tứ Chúa thúc đẩy người tin nhận Chúa hằng vững lòng "Cảm ơn Chúa vì sự ban cho của Ngài không xiết kể!" Phao-lô cũng đề cập đến sự khó khăn, yếu đuối trong thân thể khi phục vụ Chúa. Thí dụ điểm hình về điều ông đã viết trong lá thư.

SỰ SUY NGHĨ

Cái dằm của Phao-lô trong thân thể
Có những giả thuyết khác nhau về cái "dằm sóc trong thân thể" của Phao-lô diễn tả về những cơn đau đớn mà ông mang chịu (Dân-số-ký 33:55; Ê-xê-chi-ên 28:24). Có thể là sự bắt bớ liên tục của kẻ thù, bệnh tật khiến ông yếu đuối như một cái cớ để ông biết khiêm nhường, hạ mình. Quyền phép của Chúa trên ông là một mạch sống khiến ông thỏa mãn trong ân điển Chúa.

Sự bảo vệ của Phao-lô trong mục vụ (10:1-13:10). Phần này là một trong những sinh động được viết, cung cấp cho chúng ta biết "đằng sau bức màng" nhìn lên người của Đức Chúa Trời. Phao-lô nói cách dạn dĩ, công việc, sự đau nhức, và thẩm quyền sứ đồ của ông. Chúng ta học nhiều hơn đời sống của Phao-lô từ lời nói trong phần này hơn bất cứ nơi nào của Tân Ước. Ông nhắm vào những sứ đồ giả ở Cô-rinh-tô là những người sống sai trật lẽ thật dưới cái nhìn của Phao-lô. Cơ đốc nhân trong thế kỷ đầu tiên muốn biết "ai là Cơ đốc nhân thật của Đấng Christ?" Bức thư II Cô-rinh-tô Phao-lô đưa ra câu trả lời cho mọi người lúc này và mọi nơi.

Kết thúc (13:11-14). Phần ngắn nầy, Phao-lô khuyên người đọc đáp lại cách sốt sắng tìm để hiểu biết hơn lời Chúa về tình yêu thương và sự bình an mà Chúa ban cho mọi người tin cách dư dật.

SỨ ĐIỆP QUAN TRỌNG
Vì là bức thư cá nhân không có sắp xếp như những bức thư khác của Phao-lô. Cũng là thư tốt khi đọc và nghiên cứu. Vài đề tài dưới đây sẽ giúp chúng ta hiểu hơn về mối quan hệ với Chúa.

Mục vụ: Vui mừng và buồn rầu
Đời sống: Vui và buồn
Chúa hành động thế nào trong những người hầu việc Chúa (đoạn 4).

Đời sống "bên cạnh sự chống đối mà Phao-lô đối diện" (đoạn 6:3-10; 11:16-33).
Sự ban cho theo cách của Chúa (đoạn 8-9).

ỨNG DỤNG

Hiệp một trong Hội Thánh và đương đầu với sự phân rẽ (1 Cô-rinh-tô 1-4)
Nhận biết và sử dụng ân tứ thuộc linh để ích lợi cho kẻ khác (1 Cô-rinh-tô 12, 14)
Hãy trở nên người yêu thương, nhận biết tình yêu là sức mạnh của Cơ Đốc nhân
(I Cô-rinh-tô 13).

Bạn hiểu chắc chắn sự dạy dỗ Kinh Thánh về sự sống lại của thân thể (I Cô-rinh-tô 15).
Đừng bỏ qua thẩm quyền mà Chúa đã ban cho người lãnh đạo Hội Thánh (2 Cô-rinh-tô
10-13).

Những chữ chìa khóa
  Buồn rầu, vinh hiển, an ủi.

GA-LA-TI
Tự do trong Đấng Christ

Sách Ga-la-ti viết trước nhất trong mười ba sách ở Tân Ước bởi sứ đồ Phao-lô, rất dễ hiểu có những khám phá tại sao sách được viết. Ở chuyến truyền giáo cuối cùng này, Phao-lô và phái đoàn giảng Tin Lành tại những thành phố miền nam của tỉnh Ga-la-ti, trong miền tiểu Châu-Á.[28] Bao gồm những thành phố như An-ti-ốt, Iconium, Lít-tra và Derbe là Turkey ngày nay. Họ đã gặt hái kết quả của chuyến truyền giáo này và nhiều Hội Thánh được thành lập tại đây.

Sau khi Phao-lô và những người cộng tác đã rời khỏi, vài giáo sư khác đến rao giảng một tin lành khác. "Tin Lành" bởi Phao-lô rao giảng là không đúng – có nhiều điều khác nữa để trở nên tín đồ hơn là một đức tin đơn thuần. Những giáo sư nầy cùng với một nhóm tín đồ tại Ga-la-ti cho rằng họ cần quan sát về phong tục của người Do-thái và những kỳ lễ, đặc biệt về phép cắt bì. Cách vắn tắt, trong những việc nầy họ cho rằng người Ga-la-ti không thể trở nên người tín đồ chân thật nếu bước trước tiên chưa thực thi những gì người Do-thái đang làm!

TÁC GIẢ VÀ NIÊN ĐẠI

Phao-lô giới thiệu chính ông là tác giả của bức thư nầy, cũng cho biết có nhiều "anh em" trong Chúa đang ở với ông. Dường như Phao-lô viết sách này trước Hội Đồng Giê-ru-sa-lem được diễn tả trong Công Vụ 15, khoảng năm 48 A.D.

Biến cố chung quanh xảy ra khi viết thư Ga-la-ti

Biến cố	Niên đại	Kinh Thánh Tân Ước
1. Cứu tế nạn đói khi đến thăm Giê-ru-sa-lem	47	Công Vụ 11:30 Ga-la-ti 2:1-10
2. Cuộc truyền giáo thứ nhất	47-48	Công Vụ 13:4-14:28
3. Phao-lô viết thư Ga-la-ti	48	Ga-la-ti (a)
4. Hội nghị Giê-ru-sa-lem	49	Công Vụ 15:1-20

ƯU TIÊN CHO NGƯỜI ĐỌC

Sách Ga-la-ti là một trong những lá thư được viết bởi sứ đồ Phao-lô gởi cho địa phương hơn là thành phố hay cá nhân nào. Ông viết rõ thư gởi "Hội Thánh" trong Ga-la-ti, lối viết của sách nầy rất có ý nghĩa cho nhiều người đọc hiểu đến. Những người mà Phao-lô đem Tin Lành đến trong thành Rô-ma hay Ga-la-ti ở chuyến truyền giáo đầu tiên đang gặp nguy hiểm đã muốn rời bỏ đức tin quay lại theo thế gian cho là sự cứu rỗi bởi việc làm chứ không bởi đức tin. Vài người tin vào nghi lễ cắt bì của người Do-thái là việc cần cho sự cứu rỗi.

---

[28] Công Vụ 14:1-14:28.

MỤC ĐÍCH

Một trong những vấn đề trọng tâm bức thư gởi cho Hội Thánh Ga-la-ti bày tỏ điều tương tự như đã thảo luận tại Hội Đồng ở Giê-ru-sa-lem, nghĩa là "người Gờ-réc khi tin Chúa hiểu biết sẽ làm gì đối với phong tục và luật pháp Do-thái giáo? Họ có phải giữ theo những thói tục ấy không trước khi họ tin Chúa?" Điều đó rất khó hiểu cho chúng ta, gần hai mươi thế kỷ sau đó, để hiểu giá trị lớn lao mà bỏ qua nhiều phong tục nơi người Do-thái ở thời của Phao-lô làm cho họ có lối suy nghĩ này. Giu-đa giáo đã tồn tại gần hai ngàn năm. Muốn thay đổi "hoàn toàn" một tôn giáo không phải chỉ là phong tục, lễ nghi, ngày lễ và tất cả những gì họ giữ, không phải là điều dễ cho người Cơ đốc Do-thái.

Những người muốn giữ mối liên kết với quá khứ được biết là *người Do-thái giáo.* Họ đã thắng cuộc thảo luận, sứ điệp của Cơ đốc giáo về sự cứu rỗi là sứ điệp duy nhất mà dường như bị im lặng. Một sự kiện khác trong Hội Thánh Ga-la-ti đã bị chống đối về phần ý kiến: "Nếu Đấng Christ đã buông tha chúng ta, thế thì chúng ta có thể sống theo lòng mình ưa thích!" Phao-lô trả lời cho cả hai sự sai trật nằm trong giữa hai cực độ ở một thời điểm.

ĐỀ TÀI

Chỉ có đức tin cứu chúng ta từ nô lệ đến luật pháp. Chúng ta đang ở đời sống tin Chúa bởi bước theo Thánh Linh trong sự tự do, không bị ràng buộc bởi công việc của luật pháp nữa.

CÂU GỐC

"Sau khi đã khởi sự Đức Thánh Linh nay sao lại cậy xác thịt mà làm cho trọn?" (3:3).

 CÁCH ĐỌC

Chúng ta có tìm thấy từ câu mở đầu đến phần kết luận của lá thư này[29] lối viết không có sự ấm áp hoàn toàn thắng thắng. Rõ ràng ông dùng để bẻ trách sự sai trật những lỗi lầm trong vòng Hội Thánh khiến lo lắng không vui!

DÀN BÀI

Giới thiệu	1:1-5
Nguồn gốc của Tin Lành	1:6-2:21
Bảo vệ Phúc Âm	3:1-5:1
Áp dụng Phúc Âm	5:2-6:10
Kết thúc	6:11-18

---

[29] 1:1-5; 6:11-18.

	Lời làm chứng cá nhân	Dạy lẽ thật	Sống với lẽ thật	
Mở đầu 1:1-5	Tin Lành	Luật pháp	Thánh Linh	**Kết thúc 6:11-18**
	Tin Lành tôi giảng là đến từ Đức Chúa Trời	Tin Lành tốt hơn luật pháp	Thánh Linh của Chúa ban cho sự tự do	
	1:8	3:1	5:2	

Trước khi đọc lá thư nầy, chúng ta nên có một hình ảnh rõ ràng về cả thư tín. Trong khi đọc, tìm những sự chia rẽ về ý tưởng của nó:

Tin Lành (1:6-2:2) - Trong phần này Phao-lô làm thành một dàn bài cho mối quan hệ chính ông với Phúc Âm, nhận được lời dạy thế nào, và phần khác quan trọng hơn nữa chỉ dạy là sự kiện có một tin lành "khác" đạo giả. Phao-lô dùng hai nghĩa của chữ "khác." Một là *hetoros*, "khác" về thể loại; chữ khác nữa là *allos*, "khác" mà cùng loại. Phao-lô nói họ đã đi theo một tin lành hoàn toàn khác. Phao-lô cảnh cáo rằng nếu chính ông hay thiên sứ từ trên trời hoặc bất cứ người nào giảng dạy một tin lành khác thì người đó đáng bị rủa sả (1:8).

Thẩm quyền chức vụ sứ đồ của Phao-lô gây ra sự khó khăn cho người Ga-la-ti khi nghi ngờ về ông, cho nên trong thư ông đã đề cập đến vấn đề này. Sự kêu gọi của ông đến từ Đấng Christ trên con đường Đa mách (Công Vụ 9:1-9), không phải đến từ loài người (1:11-12). Từ Đa-mách Phao-lô đi vào đồng vắng Arabia ở đó ông nhận thức được trước đó ông đã bắt bớ người tin Chúa Jesus, đồng nghĩa Đấng Christ cũng bị bắt bớ bởi vì tất cả người tin đều là thân thể của Ngài (1:13-17).

Luật pháp (5:2-6:10) - Trong phần này, Phao-lô viết về mục đích của luật pháp và điều không tương xứng đối với sự cứu rỗi. "Hỡi những người Ga-la-ti rồ dại ngu muội kia!" là cách mà Phao-lô bắt đầu đoạn 3. Sau đó ông nêu ra sáu câu hỏi:
1. "Ai bùa ếm anh em?" (3:1).
2. "Anh em nhận Thánh Linh bởi việc làm của luật pháp hay bởi nghe và tin?" (3:2)?
3. "Sao anh em ngu muội dường ấy?" (3:3).
4. "Sau khi đã khởi sự nhờ Đức Thánh Linh, nay sao lại cậy xác thịt mà làm cho trọn?" (3:3).
5. "Anh em há luống công mà chịu sự khốn khó dường ấy sao?" (3:4).

6. "Đấng ban Đức Thánh Linh cho anh em và làm các phép lạ trong anh em, thì làm bởi các việc luật pháp, hay là bởi đã nghe và tin?" (3:5).

Trả lời cho mỗi câu hỏi trên là đức tin, chỉ bằng đức tin thôi, đã đủ nhận sự cứu rỗi, không phải bởi việc làm liên hệ đến luật pháp của Môi-se. "Trước khi đức tin chưa đến, chúng ta bị nhốt dưới sự canh giữ của luật pháp" (3:23). Luật pháp nhốt chúng ta lại, có thể nói như vậy, nhưng được cung cấp mà không có sự đền bù. Chỉ đức tin trong Đấng Christ để được bôi xóa tội lỗi và ban cho chúng ta sự tự do khỏi đoán phạt của luật pháp, "đức tin nầy" có nghĩa đức tin trong Đấng Christ. Luật pháp cũng là "người canh giữ chúng ta" để đưa chúng ta đến cùng Ngài (3:24). Do đó, khi đến với sự cứu rỗi, không có sự khác biệt giữa người Do-thái, người Gờ-réc vì tất cả mọi người đều ở trong Đấng Christ (3:28). Tất cả người tin đều là con nuôi, kẻ kế tự, và mọi người đều gọi Ngài là Cha (4:5-7). Phao-lô khuyên tín đồ Ga-la-ti hãy "đứng vững" trong sự tự do của Đấng Christ (5:1).

Thánh Linh (5:2-6:10) - Phần cuối này, thảo luận của Phao-lô đưa đến định nghĩa cho "sự tự do trong Đấng Christ," một là tôi mọi dưới luật pháp, hai là đáp lại bằng đức tin. Phần này trong những "phần vàng son" của Kinh Thánh vì nói rõ ràng hết cho nhiều ý nghĩa trong lẽ thật tâm linh. Phao-lô cũng đưa ra vài vấn đề cần chú ý. Điều nầy rất thực tế ở đời sống thuộc linh "lấy lòng yêu thương làm đầy tớ lẫn nhau," "yêu kẻ lân cận như chính mình," và "bước đi theo Đức Thánh Linh" (5:13-16). Khi người Ga-la-ti làm theo những điều này, Phao-lô nói, "anh em không có làm theo tư dục." Thế thì khác với công việc của xác thịt là kết quả của Thánh Linh. Trái của Đức Thánh Linh có chín mỹ đức bao gồm "yêu thương, vui mừng, bình an, nhịn nhục, nhân từ, hiền lành, trung tín, mềm mại và tiết độ!" (5:22-23).

Phần cuối, Phao-lô kêu gọi độc giả của ông "hãy mang lấy gánh nặng cho nhau" (6:2), nhưng đồng thời cũng kêu gọi "hãy mang lấy gánh nặng của chính mình" (6:5). Vì là việc làm thuộc linh của chúng ta để hồi phục người anh em đã bị ngã bởi "phạm lỗi" (6:1), trong lúc bước theo Đức Thánh Linh. Phao-lô đề cập đến việc gieo và gặt để cắt nghĩa rằng chúng ta gieo và gặt phần về việc chúng ta "Ai gieo trong xác thịt thì sẽ gặt sự hư nát, song ai gieo trong Thánh Linh, sẽ bởi Thánh Linh mà gặt sự sống đời đời" (6:8).

SỨ ĐIỆP QUAN TRỌNG

Dưới đây có ba phần được chia ra của ở Ga-la-ti có giá trị để tìm hiểu, mỗi phần có những gợi ý như sau:

Sự tự do trong con cái Chúa   (5:1-18)
- Lẽ thật về "tự do" phù hợp là gì?
- Điều nào không phù hợp?
- Dùng định nghĩa của Phao-lô, bạn có tự do không?

Thể xác   (5:19-21; 6:7-8).
- Bài học nào đã liệt kê làm cho bạn ngạc nhiên?
- Bài học nào làm cho đời sống bạn đang tăng trưởng?

Thánh Linh đang cai trị đời sống   (5:22-26; 6:1-10).
- Sự dạy dỗ nào được liệt kê ra mà bạn còn thiếu sót trong đời sống?
- Chúa Jesus đã bày tỏ trong bạn cho những phẩm chất này?
- Đời sống bạn có nhận được chưa?

ÁP DỤNG

        Đừng để ảnh hưởng xấu nào đến trong bạn làm cho Phúc Âm về ân điển của Đức Chúa Trời trong sự cứu chuộc bởi Chúa Jesus Christ (1:6-9).

        1. Cẩn thận và coi chừng trượt ra khỏi đức tin trong Chúa (3:2).

        2. Hãy nhớ sự cứu rỗi đến bởi ân điển qua đức tin, nên phải tăng trưởng trong Đấng Christ mỗi ngày (3:3).

        3. Học biết Phúc Âm để châm rễ sâu từ trong dân sự ở thời Cựu Ước, cứu rỗi đến bởi ân diển qua đức tin (3:6).

        4. Cảm ơn Chúa ban cho chúng ta danh dự được làm con của Đức Chúa Trời qua đức tin trong Chúa Jesus Christ (3:26).

Những chữ chìa khóa

"Phúc Âm"   15 lần trong phần đầu.

"Luật pháp"   29 lần trong phần hai.

"Thánh Linh"   10 lần trong phần cuối.

Ê-PHÊ-SÔ
Đấng Christ và Hội Thánh

The City of Ephesus

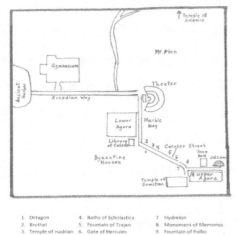

1. Octagon	4. Baths of Scholastica	7. Hydreion
2. Brothel	5. Fountain of Trajan	8. Monument of Memmius
3. Temple of Hadrian	6. Gate of Hercules	9. Fountain of Pollio

Thành phố Ê-phê-sô là thủ phủ của Tiểu Á và là trung tâm quyền hành của thời đại La-mã. Clinton Arnold viết, "Ê-phê-sô là thành phố dẫn đầu về sự giàu có của đế chế La mã. Với 250, 000 dân, chỉ có Rome và Alexandria lớn hơn mà thôi" (Arnold 2002, p. 301). Ê-phê-sô nối liền với biển qua con sông Cayster, mà người ở thời đại đó đã xây một hải cảng tại đây.

Ngày nay hải cảng nhân tạo này bị bịt lại bằng một ống dẫn tẩy bùn bắt vòng quang núi. Thành phố được xây cất trên một trục lộ lớn dài khoảng hai miles trên vách nghiêng của núi. Trục lộ chạy xuyên qua thành phố xa đến tận miền Tiểu Á được kết nối với đại lộ dẫn đến các thành phố lớn trong Ê-phê-sô. Ê-phê-sô được diễn tả rất thịnh vượng có thể thấy được qua đất đai và biển cả. Vị trí của thành phố đã tập trung hầu hết các tôn giáo, thương mại, các nền chính trị khác nhau và những gì quan trọng được tập trung bởi vì những điều nầy, Phao-lô nhìn biết Ê-phê-sô là một thành phố quan trọng cho việc truyền giáo. Ông ở lại đây hai năm và kết quả mục vụ của ông là "mọi người trong cõi A-si, hoặc người Giu-đa hay là người Gờ-réc, đều nghe đạo Chúa" (Công-vụ 19:10).

Khi chúng ta suy nghĩ về lẽ thật của Đấng Christ và điều Ngài đã làm thì thư Ê-phê-sô có giá trị như là một quyển sách để chúng ta đọc. Là một tác phẩm lớn của Phao-lô, thỉnh thoảng còn được gọi là "Grand Canyon" của Kinh Thánh, bởi vì lẽ thật rất sâu và rộng, tuy vậy nét đẹp ẩn dấu đó nép mình vào hiện ra sự mầu nhiệm trong bức thư này.

Liên hệ đầu tiên của Phao-lô với người tin Chúa tại thành phố Ê-phê-sô là một khoảng thời gian viếng thăm rất ngắn trong đền thờ Do-thái, cuộc truyền giáo lần thứ hai được viết vào năm 52 A.D.[30] Chuyến truyền giáo lần thứ ba ông đã dạy dỗ nhiều người trong thành Ê-phê-sô khoảng ba năm.[31] Sau đó, trở lại thành Giê-ru-sa-lem sứ đồ bị bắt vì bị kiện cáo không đúng bởi những kẻ khuấy rối.[32] Ông được đưa qua La mã để ra tòa. Thời gian bị giam ở La mã, ông viết bốn thư tín. Ê-phê-sô là bức thư dài và quan trọng nhất của bốn thư tín kia.

---

[30] Công Vụ 18:19-21.
[31] 52-54 A. D., Công Vụ 18:23-21:16.
[32] Công Vụ 24:15.

TÁC GIẢ VÀ NIÊN ĐẠI

Từ những bằng chứng bên trong, rõ ràng Phao-lô viết bức thơ này vào khoảng năm 61-62 A.D., từ La-mã. Được mang đến người đọc bởi (Ti-chi-cơ) Tychicus, là người đưa thơ của Phao-lô cho người Cô-lô-se và Phi-lê-môn.[33]

ƯU TIÊN CHO NGƯỜI ĐỌC

Sách được xếp vào thể loại "chuyền tay." Thư chuyền tay từ Hội Thánh này qua Hội Thánh khác sau khi đọc. Ê-phê-sô là một thành phố lớn ở miền ven biển nằm trên bờ biển Asia khoảng bốn trăm miles hướng Tây của Ga-la-ti. Hội Thánh Ê-phê-sô có thể là đầu tiên và cuối cùng đọc thư này qua nhiều lần chuyền tay. Những người đọc đầu tiên của Hội Thánh Ê-phê-sô gồm người Do-thái và người ngoại là những người tin Chúa trong lúc Phao-lô viếng thăm trước đó.

MỤC ĐÍCH

Phao-lô viết với hai mục đích, mỗi phần diễn tả qua sự cầu nguyện được ghi lại trong thư:

"Tôi cầu rằng anh em có thể đến sự nhận biết quyền phép trong Đấng Christ" (1-3)
"Tôi cầu xin rằng anh em có thể sống vững vàng trong đức tin của anh em trong Đấng Christ" (4-6).

Phao-lô cũng tìm cách thuyết phục họ ở trong sự hiệp một giữa người Do-thái và người ngoại (Gentiles) "trong Đấng Christ."

ĐỀ TÀI

Đời sống người tin Chúa nên bày tỏ đức tin trong Đấng Christ, bởi vì sự cầu nguyện của họ không bao giờ chấm dứt trong Ngài và quyền năng của Chúa hành động qua đời sống những người tin kính Chúa.

CÂU GỐC

"Cao hơn hết mọi quyền, mọi phép, mọi thế lực, mọi quân chủ cùng mọi danh vang ra, không những trong đời nầy, mà cũng trong đời hầu đến nữa. Ngài đã bắt muôn vật phục dưới chân Đấng Christ, và ban cho Đấng Christ, làm đầu Hội Thánh" (1:21-22).

 CÁCH ĐỌC

Bởi vì sách viết không dài, bạn nên đọc lời giới thiệu (1:1-2), cũng nhìn thoáng qua đề tài, và đọc phần kết thúc (6:21-24) trước khi bạn đọc lại cách cẩn thận.

DÀN BÀI

Giới thiệu	1:1-2
Thừa hưởng trong Đấng Christ	1:3-3:21
Ơn phước thuộc linh trong Đấng Christ	1:3-14
Cầu xin sự khôn ngoan thuộc linh	1:15-23

---

[33] Ê-phê-sô 6:21; Cô-lô-se 4:7.

BỐ CỤC

Học cách cấu trúc của sách tìm hiểu thế nào Phao-lô đã viết cho chúng ta có nhiều lượm lặt hơn những ý nghĩa đã có của sách trong đoạn ba: chữ cuối "A-men" và câu ngợi khen (3:21) ca tụng Đức Chúa Trời. Chữ "A-men" chia sách ra làm hai phần: Công việc của Chúa (1:3-3:21) và bước đi của người tin Chúa (4:1-6:20).

Lời chào thăm 1:1-2	CÔNG VIỆC CỦA CHÚA			BƯỚC ĐI CỦA NGƯỜI TIN CHÚA		Kết thúc 6:21-24
	1:3	2:1	3:1	4:1	6:10	
	Phước hạnh "trong Christ"	Kinh nghiệm sự cứu rỗi	Lớn lên trong sự nhận biết và mạnh mẽ	Thái độ người tin Chúa	Vũ khí của người tin Chúa	
	CHÚNG TA "TRONG ĐẤNG CHRIST"			ĐẤNG CHRIST TRONG CHÚNG TA		

Ở trong Đấng Christ (1:3-23) - Chữ "trong Đấng Christ" thường thấy lập lại ở phần này. Đây là phần quan trọng, có thể đặc biệt làm một đề tài tham khảo "phước hạnh tâm linh trong Chúa." Sự cầu nguyện (1:15-23 và 3:14-21) trong phần này ở giữa là những câu quan trọng và phước hạnh nhứt cho lời của Chúa. Phân đoạn nhấn mạnh chương trình của Đấng Toàn Năng đem đến kết quả bởi Chúa Jesus Christ. Chương trình nầy được đánh dấu về những ơn phước thuộc linh của chúng ta được hưởng hiện nay trên đất và qua đời này về thiên đàng.

Ân-điển của
Đức Chúa Trời

Kinh nghiệm trong sự cứu rỗi (2:1-22) - Tại đây Phao-lô thảo luận điều đã xảy ra với từng cá nhân đến với Đấng Christ, và thực hành những công việc về sự hợp tác, đặc biệt là mối quan hệ với người Do-thái và người ngoại (Gentiles). Phao-lô dùng hình ảnh đền thờ để diễn tả Hội Thánh (2:19-22) như là một nhà hội thuộc linh gồm mọi dân tộc nhóm lại trong một sự hiệp nhất.

Chú ý câu, "Ấy, anh em cũng nhờ Ngài mà được dự phần vào nhà đó, đặng trở nên nhà ở của Đức Chúa Trời trong Thánh Linh" (2:22). Hội Thánh là một xã hội của con người: "Dường ấy anh em chẳng phải là người ngoại, cũng chẳng phải là kẻ ở trọ nữa, nhưng là người đồng quốc với các thánh đồ, và là người nhà của Đức Chúa Trời" (2:19). Hội

Thánh được gây dựng, tiếp tục lớn mạnh khi có người trở lại đạo và Hội Thánh có thêm người vào thì Hội Thánh càng mạnh mẽ.

Con cái Chúa là Hội Thánh được Ngài nhận là tân nương, Đấng Christ là Chú Rể. Như Chúa so sánh mối quan hệ của Y-sơ-ra-ên với Ngài, hình ảnh hôn nhân trong Cựu Ước (Ô-sê 3:1). Kinh Tân Ước cũng vậy, giới thiệu sự hiệp một giữa Đấng Christ và Hội Thánh qua ẩn dụ hôn nhân. Cả hai Đấng Christ và Hội Thánh là một bởi sự hy sinh trọn vẹn. Cơ đốc nhân phải hy sinh chính họ vì Đấng Christ, cũng như Đấng Christ hy sinh cho chính họ. Mục đích của tân nương (Hội Thánh) là được tự do từ những tì vít của tội lỗi; hội trở nên không tì vít, thánh khiết.

Lớn lên trong sự hiểu biết và mạnh mẽ (3:1-20) - Phao-lô bắt đầu phần này kể lại sự kêu gọi của ông từ Đức Chúa Trời để trở nên sứ đồ cho người ngoại. Phần kết thúc một cách chính xác về điều ông đang cầu nguyện cho đời sống họ. Khái niệm "ở trong Đấng Christ" đến từ lời hứa của Chúa Jesus trong phòng cao, đêm trước khi Ngài bị đóng đinh khi Chúa Jesus phán, "Các ngươi ở trong Ta, và Ta ở trong các ngươi!" (Giăng 14:20). Khi người tiếp nhận Chúa Jesus Christ là Cứu Chúa, Chúa Jesus bước vào đời sống họ "Ta ở trong các ngươi." Vì ấy là bước đầu kinh nghiệm về sự cứu rỗi. Người tin Chúa được đặt vào trong thân thể của Đấng Christ là Đấng đứng bên hữu của Đức Chúa Trời là Cha trong sự vinh hiển. Sống "trong Christ" miêu tả chỗ đứng vinh hiển của người tin Ngài. Phao-lô dùng câu, "trong Christ" 170 lần để nói đến người tin lâu năm trong Hội Thánh là sự mầu nhiệm của ân điển Ngài đã được bày tỏ.

> # Đời sống cũ
> # Đời sống mới

Thái độ người Cơ đốc (4:1-6:9) - Phao-lô diễn tả người tin Chúa bày tỏ đặc tính "đời sống" của họ trong Đấng Christ, đối diện với nhiều mối quan hệ mà họ gặp hằng ngày trong cuộc sống. Ở tất cả các thành phố mà

Phao-lô truyền giáo, có thể Ê-phê-sô có nhiều bằng chứng về hoạt động của hội Satan và demonic đang áp chế khắp nơi (Công-vụ 19:11-20). Cho nên Phao-lô cảnh cáo, "chống lại các chủ quyền, thế lực, cùng vua chúa của thế gian mờ tối nầy, cùng các thần dữ ở các miền trên trời vậy" (6:12). Trước đó Phao-lô đã kêu gọi, "Đừng cho ma quỉ nhân dịp" (4:27). Vài nhà thần học tin những câu trên Phao-lô chỉ ra những thần dữ của thế gian khi ông diễn tả Đấng Christ là Đấng chủ tể của "mọi chủ quyền và mọi thế lực, mọi quân chủ cùng mọi danh vang ra" (1:21).

Vũ khí của người Cơ đốc (6:10-20) - Phần cuối này Phao-lô cho chúng ta biết những chi tiết cụ thể trong Tân Ước về cuộc chiến với Satan và khí giới mà chúng ta cần phải có để chống lại. Cuộc chiến thuộc linh xảy ra trên thiên đàng và dưới đất; vì người tin đã đắc thắng trong Đấng Christ trên thiên đàng, họ cũng có thể đắc thắng dưới đất nữa. Thế nên, Phao-lô hô hào người tin hãy chuẩn bị cho chiến trận thuộc linh ngay hiện nay dưới đất: "Vậy, hãy đứng vững, lấy lẽ thật làm dây nịt lưng" (6:14). Ông cũng cổ vũ người tin "mặc lấy giáp bằng sự công bình" (6:14), "dùng sự sẵn sàng của Tin Lành bình an mà làm giày dép" (6:15), "lại phải lấy thêm đức tin làm thuẫn (6:16) và "cũng hãy lấy sự cứu chuộc làm mão trụ" (6:17), và cuối cùng ông khuyên hãy dùng Lời Chúa như "gươm của Đức Thánh Linh" (6:17). Đánh trận chiến thuộc linh là quyền lực của Đấng Christ thắng hơn Sa-tan và quỷ dữ. Khi người Cơ đốc được trang bị với vũ khí thuộc linh, họ được trang bị để đứng vững và đắc thắng cho Jesus Christ.

SỰ SUY NGHĨ
Bạn có ở "IN CHRIST" không?

Sống động "trong Christ" có nghĩa là bạn hoàn toàn thuộc về Chúa. Người tin thật thì ở trong Ngài, và Ngài ở trong chúng ta. Thường diễn tả điều nầy qua câu nói Jesus sống trong lòng của chúng ta. Ngài sống trong lòng của bạn chưa? Bạn có một đời sống thay đổi khi gặp Đấng Sống Jesus chưa? Nếu chưa, tại sao? Nếu Ngài nói Ngài là Đấng Sống, Ngài xứng đáng qua sự đáp lại bằng đức tin của bạn với ân điển Ngài. Hãy suy nghĩ về điều nầy. Có thể đây là thời điểm mời Ngài vào lòng của bạn qua lời cầu nguyện trong danh Ngài và mời gọi Ngài đến ngự trong bạn.

SỨ ĐIỆP QUAN TRỌNG
Bức thư gởi đến Ê-phê-sô chứa đầy sự dạy dỗ thực hành lẽ đạo chúng ta có. Dưới đây là đề tài cho bạn học và nghiên cứu.

VỊ TRÍ CỦA TÔI TRONG CHÚA (1:3-2:10)
Liệt kê "sự giàu có" mà bạn là một Cơ đốc nhân. Viết những điều mà đời sống bạn yêu thích nếu không có nó, thì như thế nào với bạn? Để vài phút suy gẫm và cảm ơn Chúa từng điều một.

SỰ CẦU NGUYỆN CỦA PHAO-LÔ (1:15-23; 3:14-21)
Viết xuống những gì Phao-lô muốn Chúa làm trong đời sống họ chọn một trong hai điều mà ông liệt kê ra để học kỹ hơn điều nào bạn có thể cầu nguyện cho chính mình? Cho người khác?

LƯỠI CỦA NGƯỜI CƠ ĐỐC (4:29-5:4)
- Phao-lô khuyên bạn nên cẩn thận lời nói như thế nào?
- Những khía cạnh nào trong cuộc sống của bạn cần chú ý?

GIA ĐÌNH CƠ ĐỐC (5:21-6:4)
- Tại sao câu 21 quan trọng?
- Viết nhiều cách khác nhau mà bạn có thể cứ trung tín về sự dạy dỗ của các câu Kinh Thánh đã học
- Điều gì có thể cầu nguyện cho chính mình và người khác từ những lẽ thật bạn học từ những câu Kinh Thánh này?

KHÍ GIỚI CỦA CHÚA (6:10-18)
- Viết tên mỗi khí giới có trong đoạn nầy và bạn nghĩ rất quan trọng, tại sao?
- Khí giới nào mà bạn không có trong đời sống?

Những chữ chìa khóa
Hội Thánh, "trong Đấng Christ," quyền năng, giàu có.

PHI-LÍP
Đời sống trong Đấng Christ

Sách Công Vụ viết rõ Phao-lô đã thành lập nhiều Hội Thánh tại các thành phố lớn trong ba chuyến truyền giáo. Ông viết sách Ga-la-ti trong thời gian gần cuối mục vụ, I và II Tê-sa-lô-ni-ca, I và II Cô-rinh-tô, Rô-ma. Phao-lô hợp tác với vài người trong Hội Thánh lúc bị bắt bỏ tù lần thứ nhất (58-60 A.D.). Lá thư Phao-lô gởi đến cho Phi-líp, Ê-phê-sô, Cô-lô-se và Phi-lê-môn thường được gọi là những bức thư trong tù.

Cổng vào Philippi

Phi-líp là một bức thư được chú ý nhiều hơn các thư khác của Phao-lô, sứ điệp nầy rất sinh động mang đến sự vui mừng giữa những hoàn cảnh khó khăn. Câu quen thuộc lập lại nhiều lần "vì Đấng Christ là sự sống của tôi, và sự chết là điều ích-lợi cho tôi vậy" (1:21). Khi nghe đến danh của Chúa Jesus thì mọi đầu gối đều quì xuống … và mọi lưỡi đều xưng Jesus Christ là Chúa" (2:10-11). "Tôi làm được mọi sự là nhờ Đấng ban thêm sức cho tôi" (4:13).

"Hãy vui mừng trong Chúa luôn luôn, tôi lại nói nữa, hãy vui mừng đi!" (4:4). Tuy nhiên, xuyên qua sách Phi-líp Phao-lô cũng nói đến sự bình an mà ông có trong Cứu Chúa Jesus.

Phi-líp thường được gọi là nơi bắt nguồn Cơ đốc giáo Âu-châu, vì sách Công-vụ ghi chép lại công việc của ông với người tin Chúa đầu tiên xảy ra ở đây[34] vào khoảng 50 A.D., chuyến truyền giáo lần thứ hai của Phao-lô.[35] Ông gặp nhiều bạn mới tại xứ Ma-xê-đoan thành phố Phi-líp thuộc miền Bắc của Hy-lạp ở chuyến đi truyền giáo lần thứ nhất, họ tiếp tục là nguồn vui vẻ cho những năm sau đó.[36] Phao-lô cũng gặp nhiều sự bắt bớ trong xứ Phi-líp[37] là một phần vì cớ tình bạn sâu đậm. Sự đau khổ thường tạo nên mối kết chặt mà lúc phong phú không thể tìm được.

Con cái Chúa tại Phi-líp, Hội Thánh do Phao-lô và Si-la có cùng cộng tác (Công-vụ 16:12-40), đã giúp đỡ để thành lập. Sau chuyến thăm đầu tiên tại Phi-líp, Phao-lô thành lập Hội Thánh, ông để lại việc dạy dỗ người mới tin Chúa cho bác sĩ Lu-ca. Thời điểm Phao-lô viết lá thư này khi ông ở trong tù tại La mã, sáu năm sau, Hội Thánh được tấn tới trong sự thông công.

---

[34] Công-vụ 16:14-15.
[35] Công-vụ 16:12-40.
[36] Phi-líp 1:3-8.
[37] I Tê-sa-lô-ni-ca 2:2.

Phi-líp là một thư tín vui vẻ nhất của Phao-lô. Ít có sự bẻ trách, ông khen ngợi nhiều hơn hết trong đó hơn các thư ở Tân Ước mà ông đã viết. Trải qua nhiều thế hệ, thư Phi-líp giúp nhiều con dân Chúa làm mới lại phần tâm linh.

TÁC GIẢ VÀ NIÊN ĐẠI

Phao-lô cho biết ông viết lá thư nầy trong câu đầu tiên. Ti-mô-thê đang ở cùng ông tại La-mã, Phao-lô ở "nhà giam" trong lúc này, nhưng được dễ dàng tiếp xúc bên ngoài. Sách Phi-líp được viết vào khoảng năm 61-62 A.D.

Phao-lô bị giam trong nhà giam trong thành Philippi

Tóm lược về sự trợ giúp của sứ đồ Phao-lô cho Hội Thánh Phi-líp

Cuộc đàm thoại I – Công-vụ 16:12-40	Lần viếng thăm đầu tiên của Phao-lô trong chuyến truyền giáo thứ hai.
Cuộc đàm thoại II – Công-vụ 20:1-6	Trong chuyến truyền giáo thứ ba, Phao-lô một lần nữa viếng thăm họ khi ông đi ngang qua Phi-líp
Cuộc đàm thoại III – Công-vụ 21-28	Sự trợ giúp trong lúc ông ở trong tù.

ƯU TIÊN CHO NGƯỜI ĐỌC

Hội Thánh ở Phi-líp được Phao-lô thành lập khác hơn những Hội Thánh đã thành lập vì dân Do-thái sống trong thành phố nầy rất ít nên ông không tìm được đền thờ ở đây khi đến thăm lần đầu ở chuyến truyền giáo lần thứ hai.[38] Thành phố Phi-líp là thuộc địa của La mã có số dân sống rất đông vì là nơi về hưu của quân đội. Điều nầy giúp chúng ta hiểu rõ sự khắc nghiệt của người canh giữ tù cảm nhận sau khi khám phá rằng ông đã bỏ tù một người công dân La mã (Paul) mà không có nguyên nhân chắc chắn![39]

MỤC ĐÍCH

Có vài việc xảy ra trước đó là lý do Phao-lô viết lá thư nầy. Ông muốn cảm ơn họ món quà rộng rãi đã gởi cho ông, cắt nghĩa tại sao ông sai Ép-ba-phô-đích đến và nói với họ chương trình của ông sai Ti-mô-thê đến trong thời gian ngắn này. Xuyên qua bức thư, Phao-lô viết nhiều lời cảm ơn tình bạn vui mừng Hội Thánh mang lại. Một lý do khác ông viết là công việc. Dường như có khó khăn xảy ra giữa họ nổi lên về sự cạnh tranh tư kỷ.

---

[38] Công-vụ 16:12-16. "Nơi cầu nguyện" được nói ở đây ám chỉ là không có một đền thờ cho người Do thái sống trong thành Phi-líp.
[39] Công-vụ 16:22-39.

Vấn đề nầy nảy sinh ra bởi Satan. Dùng Chúa Jesus như một gương sáng về sự khiêm nhường khoan dung là một trong những phân đoạn chấn động trong Tân Ước.[40]

ĐỀ TÀI

Bí mật của sự vui mừng thật của người tin Chúa là sống trong Đấng Christ.

CÂU GỐC

"Vì Đấng Christ là sự sống của tôi, và sự chết là điều ích lợi cho tôi vậy" (1:21).

 CÁCH ĐỌC

Bức thư này mở đầu và kết thúc với thái độ cảm ơn và vui mừng. Lời nói đầu tiên của Phao-lô với họ là những chữ chúng ta muốn nghe,"Mỗi khi nhớ đến anh em, thì cảm tạ Đức Chúa Trời tôi" (1:3). Ông kết thúc bức thư cũng tương tự, nhắc về sự rộng rãi của họ đối với ông và là một nơi mà lòng ông luôn luôn có họ (4:14-20).

DÀN BÀI

Giới thiệu	1:1-2
Đấng Christ là đời sống của chúng ta	1:3-26
Đấng Christ là tấm gương của chúng ta	1:27-2:30
Đấng Christ là mục tiêu của chúng ta	3:1-4:1
Đấng Christ là nguồn chu cấp của chúng ta	4:2-20
Chào thăm và chúc phước	4:21-23

BỐ CỤC

Lá thư cá nhân viết cho Hội Thánh Phi-líp, rất khó để tìm được hết ý của dàn bài. Dưới đây là những phần được chia ra của sách:

LỜI LÀM CHỨNG	GƯƠNG NOI THEO		DẠY DỖ
Thái độ hiện tại ⟶	Mục đích và ước ao	⟵	Sự đầy đủ hiện tại
Đấng Christ là đời sống của chúng ta	Đấng Christ là gương của chúng ta	Đấng Christ là mục tiêu của chúng ta	Đấng Christ là nguồn chu cấp của chúng ta
1:1	1:27	3:1	4:2

Khi bạn đọc những phần sau đây, nhớ những đề tài chính của sách Phi-líp: "Đời sống trong Đấng Christ."

---

[40] 2:1-11.

Đấng Christ là đời sống của chúng ta (1:1-26). Lý do Phao-lô cầu nguyện cho bạn hữu mình bởi lòng yêu thương, và giúp họ vượt qua khó khăn để không bỏ công việc của Đức Chúa Trời vì cớ Đấng Christ. Phao-lô nói tất cả những khó khăn mà họ nghe nên nhìn trong đức tin nơi Chúa là Đấng tể trị luôn luôn. Phao-lô quan sát, "Điều xảy đến cho tôi đã giúp

thêm sự tấn tới cho đạo Tin Lành" (1:12). Tuy vậy, Phao-lô cũng có thể mạnh mẽ nói về sự vui mừng trong Chúa (nhắc đến 18 lần), mặc dù ở trong hoàn cảnh nào.

Nhà thờ của St. Lydia, Philippi

Đấng Christ là tấm gương của chúng ta (1:27-2:30). Phần lớn ở phân đoạn này khi một người quan tâm đến mục đích của Chúa cho mỗi đời sống chúng ta trở nên giống như Chúa Jesus Christ. Tại đây Đấng Christ vâng phục như người đầy tớ là một gương sáng để chúng ta noi theo. Phi-líp 2:1-11 đời sống hạ mình của Chúa nhắc nhở chúng ta nên sống trong sự hiệp một (câu 2), khiêm nhường (câu 3), chớ chăm về lợi riêng mình (câu 4). Mọi người tin nên cẩn thận làm theo và ao ước đồng tâm tình như Chúa Jesus Christ (câu 5). Phao-lô ví sánh Chúa Jesus là "đầu của thân thể" (Cô-lô-se 1:18), đã sống với thái độ khiêm nhường khi Ngài ở thế gian (Giăng 13:15), thế thì thân thể của Đấng Christ chết thay cho chúng ta (cũng nên sống giống như Chúa Jesus vậy).

Đấng Christ là mục tiêu của chúng ta (3:1-4:1). Đoạn 3 nổi bật nhất ở sách này. Phao-lô dẫn chứng về sự công bình của Đấng Christ khi đền tội cho chúng ta (3:9). Ông muốn đi với Đấng Christ là Đấng ban cho ông sự cứu rỗi (3:10). Phao-lô sống thật vì sự cứu rỗi chờ đợi mặt đối mặt với Chúa (3:11). Trong lời làm chứng của ông bày tỏ chân thật cho quyền năng của Chúa Jesus đã thay đổi đời sống khích lệ người tin và hầu việc cách mạnh mẽ với người ngoại. Phao-lô nhắm Chúa Jesus mà chạy với một mục đích là giựt cho được giải (3:12-14). Ông dùng hình ảnh người lực sĩ luyện tập hằng ngày hầu để giựt được giải thưởng, ông muốn nhận phần thưởng trung tín với sự "kêu gọi trên trời của Chúa" (3:14, 20-21). Tại đây Phao-lô đưa ra từng chi tiết thúc đẩy để tiếp tục bươn tới trước trong kinh nghiệm của người Cơ đốc. Mục tiêu của Phao-lô có phải là của chúng ta hôm nay chưa?

Đấng Christ là nguồn chu cấp của chúng ta (4:2-23). Phao-lô vẫn đứng vững trong Chúa Jesus qua quyền năng của Ngài Sự vui mừng thật và bình an thật không phụ thuộc ở hoàn cảnh, nhưng hơn còn thế nữa là nhận biết quyền năng, tình yêu cao cả của Chúa đang cai trị (4:6-8). Khi trải qua kinh nghiệm sự vui mừng đầy trọn, bằng chứng về lòng tin, bình an chỉ nhận được trong Đấng Christ. Phao-lô dẫn chứng lòng vui mừng và bình an đầy dẫy khiến ông ca ngợi Chúa, ngay cả trong tù ở chuyến đi đầu tiên đến Phi-líp (Công-vụ 16:25). Nhờ quyền năng của Đức Chúa Trời đang hiện diện trong gian nan ở La-mã (1:12-16, 18b), và qua đó đã làm một tấm gương của người bình an với hoàn cảnh của chính mình (4:9; 3:17; I Cô-rinh-tô 1:1).

SỨ ĐIỆP QUAN TRỌNG

Dưới đây có vài gợi ý giúp bạn học từ bức thư phước hạnh này. Phẩm hạnh nào phản ảnh trong đời sống Chúa Jesus? Những phẩm hạnh đó phản ảnh thế nào trong đời sống bạn? Tại sao Chúa quan tâm về phẩm hạnh này? Bạn xây dựng những phẩm hạnh nào ở đời sống của mình hiện nay?

PHÂN ĐOẠN	ĐỀ TÀI
Mối quan hệ đúng giữa con cái Chúa	2:1-4
Sự khiêm nhường của Đấng Christ	2:5-11
Thái độ đúng cho con cái Chúa	2:12-18
Khuynh hướng đúng cho con cái Chúa	4:8-9

SO SÁNH BA BỨC THƯ

Chúng ta đã đọc và học xong sách Ga-la-ti, Ê-phê-sô và Phi-líp được viết bởi Phao-lô, ba sách nầy giúp bạn so sánh về phong cách, chủ đề, mục đích, và nhiều vấn đề khác.

So Sánh sách Ga-la-ti, Ê-phê-sô, và Phi-líp

	Ga-la-ti	Ê-phê-sô	Phi-líp
Phong cách	Hợp lý và bàn thảo	Dạy dỗ và ngợi khen	Thông tin và an ủi
Đề tài chính	Sự cứu rỗi	Christ là Đấng Cứu Rỗi	Đời sống vui mừng
Mục đích	Sửa trị	Gây dựng	Truyền cảm
Âm điệu	Dấu thăng, bẻ trách	Êm dịu, chiến thắng	Nhẹ nhàng, vui vẻ

Những chữ chìa khoá
Vui mừng, "trong Christ," yêu thương.

CÔ-LÔ-SE

Đấng Christ là mọi sự và trong mọi sự

Thành phố cổ Cô-lô-se vẫn còn được khai quật, ngày nay bị chôn vùi nhiều di sản đáng để khám phá (Hamiton, 1835). Chúng ta được biết đây là một thành phố có nhiều tà giáo và đầy những thần tượng. Người trong thế kỷ thứ nhất sợ các tà thần, ma quỉ, tổ tiên. Hình thức thờ cúng của họ thường ở trạng thái ngây ngất trong nhiều cách bởi hình phạt bằng roi để đuổi các tà thần, sự rủa sả ra khỏi (Arnold, 2002, pp. 337-376). Lọt trong trường hợp chứng bịnh hoang tưởng tôn giáo nầy, Tin Lành cứu rỗi bởi ân điển được giảng ra trong Hội Thánh tại nhà Nim-pha "Hội Thánh tư gia" (Cô-lô-se 4:15) và Phi-lê-môn (câu 2). Tuy vậy, người ngoại cũng đe dọa những Hội Thánh mới mở. Phao-lô viết thư gởi cho Hội Thánh Cô-lô-se để sửa trị họ và dẫn dắt họ đọc biết về Đấng Toàn Năng, Chúa Jesus Christ hứa ban cho người tin sự cứu rỗi đời đời. Phao-lô viết bức thư với tính cách cá nhân gởi cho Phi-lê-môn là người đang sống tại Cô-lô-se trong thời điểm nầy.

Những nhóm tôn giáo không thật gọi là cults (tà giáo) thường đe doạ người tin Chúa đã tràn lan trong thời của Phao-lô cho đến ngày nay. Vặn vẹo và từ chối lẽ thật, cám dỗ con người rời xa lẽ thật của lời Đức Chúa Trời, có nhiều tổ chức dị giáo khác nhau đã xâm nhập trong thế kỷ thứ nhất. Cô-lô-se là sách tốt nhất để học cho chúng ta biết lý do này. Sứ đồ Phao-lô đã viết cho Hội Thánh cách đối xử với sự dạy dỗ sai trật của tà giáo.

Tất cả những lá thư của sứ đồ Phao-lô viết gởi cho Hội Thánh đến từ nhà giam, gồm có thư Cô-lô-se, gây nhiều chú ý cho con người về mục vụ của Chúa Jesus Christ. Thư Ê-phê-sô, Phao-lô tập trung rao truyền về Đấng Christ, Hội Thánh. Trong Cô-lô-se, phần lớn, viết về Đấng Christ đến với nhân loại trên thế giới.[41] Trong Ê-phê-sô, nhấn mạnh về Hội Thánh là thân thể Đấng Christ. Trong Cô-lô-se, nhấn mạnh nhiều về Đấng Christ là Đầu của Hội Thánh.

TÁC GIẢ VÀ NIÊN ĐẠI

Một lần nữa, Phao-lô cho biết ông là tác giả và đề cập đến Ti-mô-thê đang ở với ông khi viết lá thư nầy. Điều không làm chúng ta ngạc nhiên, bởi chúng ta đã có sách Phi-líp, Ê-phê-sô và Cô-lô-se được có cùng một thời điểm một nơi – phòng giam ở La- mã. "thư tín trong tù" nầy được viết vào khoảng năm 61 A.D.

ƯU TIÊN CHO NGƯỜI ĐỌC

Phao-lô gởi thư cho Hội Thánh Cô-lô-se (1:2) yêu cầu họ chia sẻ thư cho Hội Thánh lân cận Lao-đi-xê. Thành phố Cô-lô-se nằm ở bên cạnh Lycus River gần đại lộ khoảng một trăm dặm về miền Đông của thành phố Ê-phê-sô. Chúng ta biết Phao-lô chưa lần nào viếng thăm thành phố nầy.[42] Dường như Hội Thánh Cô-lô-se được thành lập là kết quả lan rộng từ trong thành phố Ê-phê-sô qua mục vụ của sứ đồ Phao-lô khi bác sĩ Lu-ca viết, "… mọi người Giu-đa hay là người Gờ-réc, đều nghe đạo Chúa" (Công-vụ 19:10). Ê-pháp-ra (1:7) và A-chíp (4:17), hay người lãnh đạo trong Hội Thánh Cô-lô-se có thể là những người đầu tiên tin Chúa.

---

[41] Chú ý câu, "vật ở trên trời và dưới đất" (1:16).

[42] 2:1.

83

MỤC ĐÍCH

Nội dung rất chặt chẽ của thư viết để bảo vệ người Cơ đốc giáo tránh sự dạy dỗ sai tín lý đang đe dọa Hội Thánh Cô-lô-se và những vùng lân cận. Giữa những dị giáo đang xâm nhập lúc bấy giờ.

Do-thái giáo đòi hỏi làm đúng luật Môi-se phải có phép cắt bì,[43] các luật lệ phải tuân theo,[44] thức ăn và giữ những ngày lễ trọng thể của tôn giáo.[45] Nhấn mạnh sự từ bỏ chính mình như là một dấu của phần tâm linh.[46] Thờ thiên sứ.[47] Sự thổi phồng, hầu hết họ thờ phượng theo sự hiểu biết riêng.[48]

Phao-lô thực sự phá hủy những vị giáo qua sự trình bày lẽ thật về Chúa Jesus Christ Ngài là ai và điều Ngài đã làm cho loài người.

ĐỀ TÀI

Đấng Christ là mọi sự và trong mọi sự (3:11).

CÂU GỐC

"Mọi vật đều là bởi Ngài và vì Ngài … Ngài có trước muôn vật, và muôn vật đứng vững trong Ngài" (1:16b-17).

 CÁCH ĐỌC

Phao-lô mở đầu và kết thúc thư nầy bằng sự cầu nguyện. Ông cho người Cô-lô-se biết từ lúc đầu đã cầu nguyện rất nhiều cho họ (1:3, 9-14). Phao-lô kết thúc thư với sự ngạc nhiên khi hứa không quên cầu nguyện cho họ và cho chính ông. Sách chỉ ra cách đối phó với những sự dạy dỗ sai trật lẽ thật, sự cầu nguyện được xác quyết là một vũ khí quan trọng trong trận chiến thuộc linh của Hội Thánh!

DÀN BÀI

Giới thiệu	1:1-2
Con cái Chúa dâng lời cảm tạ	1:3-12
Niềm tin thật	1:13-25
Niềm tin sai	2:6-23
Đời sống tín đồ	3:1-4:6
Sự thông công trong Chúa	4:7-18

---

[43] 2:11; 3:11.
[44] 2:14.
[45] 2:16.
[46] 2:16, 20-23.
[47] 2:18.
[48] 2:8.

BỐ CỤC

Hầu hết các thư tín trong Tân Ước có ít nhất ba phần ở mục lục: Quan tâm cá nhân, dạy dỗ và lời khuyên thực tiễn. Phần cá nhân nầy, bao gồm người trong Hội Thánh lúc mở đầu và kết thúc bức thư. Phần dạy dỗ đến trước khi thực hành, vì tác giả muốn trước hết chỉ ra lẽ thật của Đức Chúa Trời và luật lệ dành cho sự sống có thể áp dụng lẽ thật này trong Kinh Thánh, là kinh nghiệm thật cho người đọc. Dưới đây, chúng ta thấy thế nào sách Cô-lô-se được chia ra nhiều thể loại:

Cá nhân	Dạy dỗ		Thực hành	Cá nhân
Cảm tạ	Tin đúng	Tin sai	Đời sống Cơ đốc	Mối thông công con cái Chúa
Đấng Christ là cơ nghiệp của chúng ta 1:1	Đấng Christ sống trong chúng ta 1:13	Đấng Christ là nền tảng của chúng ta 2:8	Đấng Christ là mục tiêu của chúng ta 3:1	Đấng Christ là Chủ của chúng ta 4:7

Khi nghiên cứu bức thư giống như Hội Thánh Cô-lô-se để thấy được sự dạy dỗ sai lẽ thật, trước hết nói đến lẽ thật bị xâm phạm, sau đó niềm tin sai xảy ra qua sự so sánh được phơi bày.

SỨ ĐIỆP QUAN TRỌNG

Cảm tạ và cầu thay (1:3-12). Tìm điều Phao-lô cảm tạ và lòng ước ao của ông đối với người Cô-lô-se, trong bóng tối nguy hiểm mà Hội Thánh đang đối đầu. Những điều ông cầu nguyện cho Hội Thánh Cô-lô-se có phải cũng là những điều quan trọng cho Hội Thánh ngày nay không?

Con Người và công việc của Đấng Christ (1:13:2:5). Những câu chữ lập lại nhiều lần "tất cả" trong 1:15-20 chỉ về Chúa Jesus, ở phần sau của bức thư, Phao-lô đã phơi bày sự dạy dỗ sai trong Hội Thánh. Khi bạn học danh từ, động từ, và những chữ đôi trong phần nầy, chú ý điểm cao oai nghi của Chúa Jesus mà Phao-lô đang vẽ ra. Ông cắt nghĩa, "tức là sự mầu nhiệm đã giấu kín trải các thời đại, mà nay tỏ ra cho các thánh đồ Ngài" (1:26) là "Đấng Christ ở trong anh em, là sự trông cậy về sự vinh hiển. Trở nên Cơ đốc nhân thì phải có Chúa Jesus sống ở trong lòng của bạn. Tính chất sự mầu nhiệm của Đức Chúa Trời là sự khôn ngoan ở trong Đức Chúa Jesus Christ. Lòng ao ước của Phao-lô là "có nhiều sự thông biết đầy dẫy chắc chắn, đến nỗi hiểu sự mầu nhiệm của Đức Chúa Trời, tức là Đấng Christ (2:2). Trong khi họ có Đấng Christ, họ có "mọi sự quí báu về khôn ngoan thông sáng" (2:3).

Chữ Mầu Nhiệm mà Phao-lô dùng để diễn tả

Sự mầu nhiệm	"Đấng Christ ở trong anh em, là sự trông cậy về vinh hiển" (Cô-lô-se 1:27)
Sự mầu nhiệm	"Tin Lành rao giảng ra khắp thế gian" (Rô-ma 16:25)
Sự mầu nhiệm	"Chúng ta không ngủ hết, nhưng hết thảy đều sẽ biến hóa" (I Cô-rinh-tô 15:51)
Sự mầu nhiệm	"Dân ngoại là kẻ đồng kế tự nhờ Tin Lành" (Ê-phê-sô 3:3-9)
Sự mầu nhiệm	"Điều bội nghịch" (II Tê-sa-lô-ni-ca 2:7)
Sự mầu nhiệm	"Đức tin" (I Ti-mô-thê 3:9)
Sự mầu nhiệm	"Sự tin kính" (I Ti-mô-thê 3:16)

Dị giáo bị phơi bày (2:6-23). Các sự dạy dỗ sai đã đề cập ở trên. Vài điều ghi nhận có thể hiểu về Chúa Jesus Christ qua tri thức, nhưng không bày tỏ sự sống, lẽ thật, và sức sống đầy quyền năng của Chúa như Phao-lô đã nói (2:9-15). Vài học giả đã đặt cho một danh hiệu riêng về những hiểu biết nầy là "Colossian heresy" hay *người Cô-lô-se ngoại đạo.*

Y như những sự dạy dỗ sai trật trên và ngay cả ý nghĩa của chữ "heresy" đã tranh luận trong mọi khía cạnh. Nhưng rất khó để từ chối điều Phao-lô chống lại vài hình thức tuân theo luật pháp *legalism* (thuyết nầy cho rằng công lao họ nhận được là đến từ việc làm thiện hơn là ân điển của Đức Chúa Trời ban cho) và chủ nghĩa khổ hạnh (đối xử khắc nghiệt với thân thể như là một phương tiện nhận được đặc ân thiêng liêng và lớn lên phần tâm linh). Phao-lô cho rằng đi theo những việc làm đó sẽ lạc mất Đấng Christ 'liên lạc với đầu,' (2:19). Tôn giáo nầy đang thi hành sự khích lệ vượt qua giới hạn mà họ tự giới hạn mình không có ích lợi (2:23).

Cơ đốc giáo đang hoạt động (3:1-4:18). Phao-lô xây dựng nền tảng lớn mạnh trên cho người Cơ đốc, đòi hỏi phải quan tâm đến con người và công việc của Đấng Christ qua sự kêu gọi bắt buộc mọi sự trong mọi sự của đời sống phải đặt dưới quyền chỉ huy của Chúa. Dưới ống kính thẩm quyền của Đấng Christ phải được áp dụng đến từng người tin Chúa đang theo đuổi các sự ban cho ở trên cao (3:1-4) bỏ qua sự chết ở dưới đất (3:3-8). Người tin phải từ bỏ công việc gian ác bởi vì đã lột bỏ con người cũ mà mặc lấy con người mới (3:9-11). Hơn thế nữa vì họ đã kinh nghiệm được ân điển tha thứ của Đấng Christ, họ phải chia sẻ ân điển ấy cho người khác (3:12-17). Phao-lô cũng kêu gọi người đọc nên đặt quyền làm chủ gia đình dưới uy quyền của Đấng Christ (3:8-4:1). Ông kết thúc với trạng thái cấp bách là phải tập trung vào sự cầu nguyện (4:2-4) và đem ảnh hưởng đến với người ngoại (4:5-6). Làm một bảng liệt kê tất cả mạng lệnh mà Phao-lô đã viết ra trong phần nầy. Rồi bạn có thể đem gom lại thành một nhóm đặt dưới một chủ đề dùng chỉ một chữ mà thôi.

Những chữ chìa khóa
    Tất cả, nhận biết, cầu nguyện.

I TÊ-SA-LÔ-NI-CA
Chúa Jesus sẽ trở lại

THÀNH PHỐ TÊ-SA-LÔ-NI-CA

White Tower in Thessalonica Thessaloniki Today

Thành phố tìm được bởi Cassander trong 315 BC. Ông kết hôn với Thessaloniki, em gái khác cha/mẹ của Alexander đại đế. Cassander tuyên bố chính ông là vua của Macedonia. Ông đặc tên thành phố là Tê-sa-lô-ni-ca theo tên của vợ ông. Thành phố phát triển mạnh, khi có nguồn tài nguyên phong phú. Một thành phố giàu có và được bảo vệ bởi hải cảng Aegean Sea. Macedon bị thất thủ của trong tay Romans trong 168 BC. Tê-sa-lô-ni-ca

trở thành thành phố quan trọng và là thu phủ của một trong bốn địa phận trong Macedonia. Nó nằm trên Via Egnatia, con đường tơ lụa về hướng Đông đến Asia và hướng Tây thẳng đến Rome. Tê-sa-lô-ni-ca tự hào về những đền thờ ngoại bang cũng như người Do-thái tự hào về nhà hội nơi mà Phao-lô và Si-lô đang phục vụ Chúa.

Trong năm 42 BC trận chiến tại Phippi, Tê-sa-lô-ni-ca trở thành một thành phố tự chủ. Có Antony và Octavian và được ban thưởng bởi Caesar Augustus là một thành phố tự do. Nó được cai trị bởi năm hoặc sáu người được biết như là 'politarch'.

HOÀN CẢNH CỦA HỘI THÁNH

Thành phố Tê-sa-lô-ni-ca ngày nay

Hội Thánh Tê-sa-lô-ni-ca phần đông là người ngoại bang. Đây là thành phố bị khuynh hướng thờ lạy hình tượng và lối sống vô luân, dâm loạn chi phối. Số người Do-thái không chịu tin Chúa, vì ghen tị với thành công của Phao-lô, và lợi dụng việc rời thành phố và không trở lại để bảo rằng đó là dấu hiệu ông chẳng quan tâm gì đến Hội Thánh. Họ tuyên bố Phúc Âm của ông chỉ là ảo tưởng, và nhấn mạnh rằng ông đã giảng đạo chỉ vì lợi lộc cá nhân.

Chắc Ti-mô-thê đã phúc trình rằng tinh thần của các tín hữu tại Hội Thánh Tê-sa-lô-ni-ca đang dao động vì họ đang trông đợi sự tái lâm gần kề của Đấng Christ và nỗi lo sợ rằng số Cơ Đốc Nhân đã qua đời sẽ chẳng được dự phần gì vào sự vinh hiển hầu đến khi Chúa tái lâm (*Parousia*). Cho nên đề tài Chúa Jesus sẽ trở lại nổi bật trong thư tín này mà sứ đồ Phao-lô đề cập khi ông đưa ra những lời vừa kêu gọi vừa cảnh cáo.

CHÚA JESUS SẼ TRỞ LẠI

Chúa Jesus đã giáng sanh đến thế gian là một biến cố quan trọng lớn. Ngài đến lần thứ nhì sẽ trở nên điểm cao nhất trong lịch sử loài người. Lần thứ nhất đã chết và đắc thắng sự chết. Lần thứ hai sẽ nhóm lại mọi người thuộc về Chúa và cai trị như một vị vua. Trong hai bức thư I và II Tê-sa-lô-ni-ca, Phao-lô tập trung vào đề tài sự trở lại của Đấng Christ. Ông không chỉ đưa ra nhiều chi tiết đặc biệt về những biến cố sau cùng, nhưng cũng chỉ cách để chuẩn bị cho con cái Chúa hiểu sự trở lại của Đấng Christ ảnh hưởng đến lối sống của họ ngày hôm nay. Chúng ta không thể đọc hay nghiên cứu bức thư mà đức tin không lớn lên, mạnh mẽ hơn và sống kết quả trong Ngài.

Trong chuyến đi truyền giáo thứ hai của mình, Phao-lô có Ti-mô-thê và Si-la tháp tùng, chỉ trải qua có ba Chúa nhựt tại Tê-sa-lô-ni-ca mà thôi, nhưng trong thời gian đó, chẳng những ông đã thành lập được một Hội Thánh, mà còn đặt nó trên nền đức tin thật vững chắc nữa. Trong thời gian ngắn ngủi ở đó Phao-lô đã tạo ra được một bầu không khí sôi động. Các kẻ thù ông tố cáo ông là "đã gây thiên hạ nên loạn lạc" (Công-vụ 17:6). Do bầu không khí sôi động đó mà anh em đã phải đưa ông tạm lánh đi nơi khác. Ông đã đến Bê-rê, A-thên và Cô-rinh-tô. Chính tại đây, ông đã viết bức thư thứ nhất này cho người Tê-sa-lô-ni-ca và sai Ti-mô-thê mang đến. Chúng ta được biết ông chỉ mới đi khỏi đó một thời gian ngắn, vì ông nói "sau khi bị đau đớn và sỉ nhục ... chúng tôi đã xa cách anh em ít lâu nay ..."

Thật là một việc chưa từng xảy ra trước đó, cả trong chức vụ của Phao-lô, là việc thành lập một Hội Thánh rực rỡ trong một thời gian chưa đầy một tháng. Ông đã truyền giảng cho họ trong dịp ba ngày của lễ Sa-bát, tuy chẳng có gì để nghi ngờ là ông vẫn tiếp tục tổ chức những buổi nhóm lại trong suốt các tuần lễ ấy. Sự thành công của Phao-lô tại Tê-sa-lô-ni-ca không phải là từng trải bình thường của các giáo sĩ giữa các dân ngoại đạo. Carey ở Ấn độ, Judson bên Miến điện, Morrison bên Trung Hoa, Moffat bên Phi-châu, mỗi vị đều phải chờ đến bảy năm mới có người đầu tiên chịu ăn năn quy đạo. Nhưng tại đây, Đức Thánh Linh đã cho phép Phao-lô gặt được một vụ mùa bội thu thật đột ngột.

Trong thời gian ngắn ngủi ông lưu lại Tê-sa-lô-ni-ca, có một số lớn người Hy Lạp và phụ nữ đã tin Chúa (Công-vụ 17:4). Ông đã bắt đầu nuôi dưỡng ngay Hội Thánh này bằng chất thịt là Lời Chúa. Ông nói về Đức Thánh Linh (I Tê-sa-lô-ni-ca 1:6), về Đức Chúa Trời Ba Ngôi (1:6), và về sự tái lâm của Chúa Cứu Thế (1:10). Hội Thánh gồm phần lớn là người ngoại quốc chớ không phải người Do-thái. Do rất quan tâm đến những người mới ăn năn quy đạo ấy, nên Phao-lô đã sai Ti-mô-thê từ A-thên đến đó để củng cố đức tin cho họ, và đem tin tức về cho ông biết tình hình của họ như thế nào.

TÁC GIẢ NIÊN ĐẠI

Phao-lô là tác giả của thư được xác nhận từ câu đầu tiên. Có Ti-mô-thê, Si-la ở cùng ông khi đang sống tại Cô-rinh-tô đã gởi thư nầy cho Hội Thánh Tê-sa-lô-ni-ca vào khoảng năm 51-53 A.D., sau thư gởi cho Hội Thánh Ga-la-ti. Sách I Tê-sa-lô-ni-ca là thư đầu tiên ông viết gởi riêng cho họ. Đây là một bức thư có tính cách thân mật. Bức thư này là một lời tâm tình. Phao-lô vốn rất thân thiết với các "anh em" tín hữu của mình. Từ ngữ này đã xuất hiện mười bốn lần. Thư I Tê-sa-lô-ni-ca là một bức thông điệp nhằm an ủi và giáo huấn những người đang gặp bắt bớ bách hại. "Niềm hi vọng phước hạnh" về Chúa tái lâm của chúng ta đã không bị ai nghi ngờ hoặc có ý kiến chia rẽ. Hễ ai đã đọc Lời Chúa thì đều nhìn thấy lời truyền dạy này. Xin chúng ta chớ tranh cãi về bức thông điệp êm dịu của Chúa chúng ta rằng "Ta sẽ trở lại." Đây là niềm hi vọng của Cơ Đốc nhân. Trái lại xin chúng ta hãy chờ đợi, vì không được biết ngày giờ nào Con Người sẽ đến.

ƯU TIÊN CHO NGƯỜI ĐỌC

Tê-sa-lô-ni-ca là thu phủ của đế quốc La-mã thuộc tỉnh Ma-xê-đoan, một thành phố tự do nằm tại đầu của vịnh cũng là nơi rất quan trọng cho ngành thương mại. Chuyến truyền giáo thứ nhì Phao-lô đến thăm thành phố vịnh nầy và giảng thường xuyên trong đền thờ. Lúc ông đã thành lập Hội Thánh Tê-sa-lô-ni-ca thì những người đi cùng ông bị đuổi ra khỏi Tê-sa-lô-ni-ca vì sự ganh tị của người Do-thái[49] Phao-lô gởi Si-la và Ti-mô-thê trở lại Tê-sa-lô-ni-ca để xem xét con cái Chúa sống thế nào.[50] Tin tức nhận được thúc đẩy ông viết lá thư nầy tại Cô-rinh-tô.

MỤC ĐÍCH

Thực ra, Si-la và Ti-mô-thê báo cho Phao-lô biết vài khó khăn cần chú ý đến về Hội Thánh Tê-sa-lô-ni-ca như sau:

Khích lệ trong lúc họ đối diện với sự bắt bớ. Dạy dỗ Hội Thánh về sự nên thánh. Cảnh cáo đời sống vô luân.
Dạy dỗ về sự trở lại của Chúa Jesus liên hệ đến đời sống và sự chết, sự sống lại của con cái Chúa như thế nào trong tương lai.

ĐỀ TÀI

Chúa Jesus sẽ trở lại lần nữa.

CÂU GỐC

"Nguyền xin chính Đức Chúa Trời bình an khiến anh em nên thánh trọn vẹn và nguyền xin tâm linh, tâm hồn và thân thể của anh em đều được giữ vẹn, không chỗ trách được khi Đức Chúa Jesus Christ chúng ta đến! Đấng đã gọi anh em là thành tín, chính Ngài sẽ làm việc đó" (5:23-24).

---

[49] Công-vụ 17:1-10.
[50] 3:1-6.

CÁCH ĐỌC

Lời chào và kết thúc của Phao-lô rất ngắn,[51] hỗ trợ cho mục đích chính đáp ứng nhu cầu ngay lập tức cho Hội Thánh qua Ti-mô-thê và Si-la người đã cho ông biết để viết thư.

DÀN BÀI

Lời giới thiệu	1:1
Nhìn lại	1:2-3:13
Sự trở lại đạo và lời làm chứng	1:2-2:16
Sự phục vụ của Phao-lô	2:17-3:13
Nhìn đến tương lai	4:1-5:24
Bước đi mỗi ngày	4:1-12
Chúa trở lại	4:13-5:24
Kết thúc	5:25-28

BỐ CỤC

I Tê-sa-lô-ni-ca ngắn đủ để đọc hết sách một lần. Biểu đồ dưới đây có thể cho chúng ta sự hướng dẫn khi đọc thư.

Mở đầu 1:1	NHÌN LẠI		NHÌN ĐẾN TƯƠNG LAI		Kết thúc 5:25-28
	Tin Đấng Christ	Sự phục vụ của Phao-lô	Bước đi mỗi ngày	Ngày Chúa Jesus trở lại	
	1:2	2:1	3:1	4:1 4:13	

Phao-lô đã sắp xếp thư của ông trong khi nhìn lại quá khứ đến tương lai. Dưới đây là vài câu chính yếu chỉ về cách nhấn mạnh của ông trong quá khứ và tương lai.

Đời sống theo ba thì

"Thì quá khứ"- "đã trở lại cùng Đức Chúa Trời." Các tín hữu tại Tê-sa-lô-ni-ca "đã trở lại cùng Đức Chúa Trời, bỏ hình tượng." Phải có việc tự mình từ bỏ tội lỗi và lòng vô tín để trở lại với Đức Chúa Trời, thì một người mới có thể trở thành con cái Đức Chúa Trời. Các thần tượng trong đời sống của chúng ta có rất nhiều và rất khác nhau. "Trở lại cùng Đức Chúa Trời" có nghĩa là quên đi mọi sự này có thể phân rẽ tình cảm của chúng ta hoặc ngăn trở chúng ta tận tâm theo Ngài.

---

[51] 1:1 và 3:25-28.

Nhìn lại (1:2-3:13). Phao-lô cho chúng ta biết một số tính chất của công việc ông đã làm tại Tê-sa-lô-ni-ca:

"Anh em trở nên gương tốt cho mọi tín đồ" (1:7).
"Chẳng phải là vô ích đâu" (2:1).
"Cách dạn dĩ" (2:2).
"Chẳng phải bởi sự sai lầm, hoặc ý không thanh sạch, cũng chẳng dùng đều gian dối" (2:3).
"Đẹp lòng Đức Chúa Trời" (2:4).
"Không hề dùng những lời dua nịnh" (2:5).
"Vì vinh hiển của Đức Chúa Trời" (2:6).
"Nhưng chúng tôi đã ăn ở nhu mì giữa anh em" (2:7).
"Lòng rất yêu thương" (2:8).
"Làm việc cả ngày lẫn đêm" (2:8).
"Cách ăn ở thánh sạch" (2:10-12).
"Thành công, kết quả" (2:3-18).
"Sai Ti-mô-thê … khiến anh em được vững vàng và giục lòng anh em" (3:2).

"Thì hiện tại"- "phục vụ Đức Chúa Trời hằng sống." Họ *đã trở lại cùng Đức Chúa Trời, bỏ hình tượng đặng thờ Đức Chúa Trời hằng sống và chơn thật"* (1:9). Thật là cả một sự thay đổi lạ lùng! Phục vụ Đức Chúa Trời hằng sống thay vì thực hiện các nghi lễ chết chỉ chế nhạo họ trước các nhu cầu của họ bằng sự im lặng chết chóc mà thôi.

"Thì tương lai"- "chờ đợi Con Ngài từ trên trời." Họ vừa phục vụ vừa chờ đợi! Các tín hữu đầu tiên tin rằng Chúa Cứu Thế sẽ tái lâm như Ngài đã hứa. Niềm tin này đã được gọi là "hi vọng phước hạnh." Các nhà tiên tri xưa đã chờ đợi Đấng Mê-si-a qua nhiều thời kỳ trước khi Ngài giáng lâm, nhưng rồi "đến khi kỳ hạn đã được trọn" thì Chúa Cứu Thế đã đến. Có thể Hội Thánh sẽ phải chời đợi lâu đối với lời Ngài đã hứa Ngài là sẽ tái lâm. Nhiều người đã bị mất khải tượng và hi vọng về điều đó. Nhưng đến khi kỳ hạn đã được trọn, thì Ngài sẽ trở lại như đã nói. Hãy đánh dấu trong quyển Thánh Kinh của bạn những lời hứa đầy phước hạnh ấy: Giăng 14:3; Công-vụ 1:11; 1Tê-sa-lô-ni-ca 4:16; Khải-huyền 1:7.

Nhìn vào tương lai (4:1-5:24). Phao-lô biểu lộ sự thay đổi của ông cách rõ ràng để tập trung vào phần nầy:

"Bây giờ chúng tôi xin và cầu anh em phải đi luôn theo đường ấy càng ngày càng tốt" (4:1).
"Sống thanh sạch" (4:3-7).
"Yêu thương" (4:9-10).
"Thì chính mình Chúa ở trên trời giáng xuống" (4:16).

Cất lên không trung gặp Chúa Jesus

"Những kẻ chết trong Đấng Christ sẽ sống lại trước hết" (4:16).

"Kế đến chúng ta là kẻ sống, mà còn ở lại, sẽ cùng nhau đều được cất lên với những người ấy giữa đám mây, tại nơi không trung mà gặp Chúa, như vậy chúng ta sẽ ở cùng Chúa luôn luôn" (4:17).

"Nên nỗi ngày đó đến thình lình cho anh em như kẻ trộm (5:4).

Trong khi bạn chờ đợi, Phao-lô ban cho bạn một bát âm đồ sộ để đánh lên các giai điệu vĩ đại của niềm hi vọng ấy. Hãy làm ngân lên từng âm điệu một của bát âm kỳ diệu đó. Nếu bạn chịu làm như thế, cuộc đời bạn sẽ trở nên vô cùng phong phú.

"Hãy vui mừng mãi mãi" (5:16).
"Hãy cầu nguyện không thôi" (5:17).
"Phải tạ ơn Chúa trong mọi việc" (5:18).
"Chớ dập tắt Thánh Linh" (5:19).
"Chớ khinh dể các lời tiên tri" (5:20).
"Phải kiểm chứng mọi việc" (5:21).
"Phải bám chặt vào điều lành" (5:21).
"Phải tránh điều dữ" (5:22).

Phao-lô cảm thấy rằng phần thưởng dành cho việc khổ nạn vì cớ Chúa Cứu Thế ấy là những linh hồn tội nhân, ông đã tìm được đang khi ông hầu việc Ngài mà ông sẽ dâng lên cho Ngài khi Ngài tái lâm.

Sự tiếp lên và trở lại của Đấng Christ

Cất lên	Christ trở lại
Người tin bị phán xét và nhận phần thưởng (I Cô-rinh-tô 3)	Người không tin và Y-sơ-ra-ên bị đoán phạt (Ma-thi-ơ 25)
Christ đến để đón tân nương – Hội Thánh (I Tê-sa-lô-ni-ca 4)	Christ đến với tân nương Ngài (Khải Huyền 19)
Christ đến trên không trung (I Tê-sa-lô-ni-ca 4)	Christ trở lại thế gian (Ma-thi-ơ 25; Khải Huyền 19)
Tập trung vào sự an ủi (I Tê-sa-lô-ni-ca 4)	Tập trung vào sự phán xét (Khải Huyền 19)
Nhấn mạnh vào Hội Thánh (I Tê-sa-lô-ni-ca 4)	Nhấn mạnh về Y-sơ-ra-ên và thế gian (Khải Huyền 12:19)
Sự cất lên (Giăng 14:1; I Tê-sa-lô-ni-ca 4)	Nhiều dấu hiệu được tiên tri (Ma-thi-ơ 24; Khải Huyền 6:18)
Sự đại nạn bắt đầu (Khải Huyền 1-6)	Vương quốc Đấng Mê-si được thành lập (Khải Huyền 20)

92

SỨ ĐIỆP QUAN TRỌNG

Đừng để sự ngắn gọn của lá thư này lừa gạt bạn. Thư có nhiều sự học hỏi. Vì bức thư nầy, chỉ học những động từ, đặc biệt là những mạng lệnh mà Phao-lô dạy. Vẽ một biểu đồ giống như dưới đây và đọc cả sách cách chậm rãi, suy nghĩ đặc biệt ở cột thứ ba.

Đoạn/Mệnh lệnh nào
Câu quan trọng với tôi? Tại sao?
"Cảm ơn"   1:2 Cảm ơn vì lời dạy làm cho tôi tập trung vào Chúa

Những chữ chìa khóa

Anh em, đến, lời nói, tình yêu.

2 TÊ-SA-LÔ-NI-CA
Ngày của Chúa chưa đến

Sau khi Phao-lô viết *1 Tê-sa-lô-ni-ca*, vài người trong Hội Thánh có ý nghĩ sai sự dạy dỗ của ông về "ngày Chúa đến" trên không trung để "tiếp rước" con cái Chúa, sống hoặc đã chết về thiên đàng.[52] Sau đó, người Tê-sa-lô-ni-ca đồn rằng "ngày" đó đã đến rồi![53] Lý do chính tại sao họ kinh nghiệm sự bắt bớ.[54] Ngay cả những người mạnh mẽ đã mạo danh ông để dạy trong Hội Thánh về sự tái lâm của Chúa![55] Phao-lô luôn nghĩ đến niềm tin hy vọng quan trọng đó khi ông đưa ra những lời vừa kêu gọi vừa cảnh cáo. Cho nên đây là một phần quan trọng của Phúc Âm nguyên thủy.

Phao-lô nghiêm khắc sửa lại những niềm tin sai trật nầy, xác nhận thì giờ của sự trừng phạt đời đời chưa đến.[56] Vì vậy, ông viết bức thư thứ hai gởi cho Hội Thánh Tê-sa-lô-ni-ca. Vì giữa vòng các Cơ Đốc nhân tại Tê-sa-lô-ni-ca đã có hiểu lầm nghiêm trọng liên hệ đến sự tái lâm của Đấng Christ. Vì họ tưởng rằng biến cố ấy gần kề, nên một số người đã bị xúc động mạnh đến nỗi bỏ bê công việc để chỉ ở dưng, và chờ đợi anh em phục vụ mình. Nhiều kẻ khác cũng sợ mình bị bỏ lại vì Chúa đã tái lâm rồi nên họ hoảng sợ khi nghe có người khẳng định như vậy. Hậu quả là sinh hoạt của họ bị hỗn loạn. Họ đang oán trách và nghĩ sai sự dạy dỗ của Phao-lô.

TÁC GIẢ VÀ NIÊN ĐẠI

Sứ đồ Phao-lô

Tên của Phao-lô được thấy hai lần trong bức thư, xác nhận ông là tác giả cả hai bức thư là thật.[57] Có thể ông viết thư thứ nhì khoảng sáu tháng sau bức thư thứ nhất, vào khoảng năm 52 A.D., từ Cô-rinh-tô. (Chú ý: cả hai bức thư được viết trong chuyến đi truyền giáo lần thứ hai).

---

[52] I Tê-sa-lô-ni-ca 4:13-18.
[53] 2 Tê-sa-lô-ni-ca 2:2.
[54] 1:4.
[55] 2:1-2.
[56] 1:7-10.
[57] 1:1 và 3:17.

ƯU TIÊN CHO NGƯỜI ĐỌC

Phao-lô viết bức thư nầy gởi cho cùng một nhóm người như thư thứ nhất, là người mới tin Chúa trong thành phố Tê-sa-lô-ni-ca. Ông giới thiệu về Phúc Âm cứu rỗi đối với tâm trí người mới tin Chúa. Có một cuộc xung đột triệt để giữa hai đế quốc của Đấng Christ và của Sê-sa bấy giờ đã trở thành rõ rệt, và đó chỉ để diễn tả về một trận chiến tranh được nhìn

Roman Arch of Galerius Thessaloniki today

nhận trong II Tê-sa-lô-ni-ca là sẽ đưa đến việc xuất hiện đầy đủ nhất quyền lực của Satan, tức là kẻ không luật pháp hay AntiChrist, và việc Satan sẽ hoàn toàn bị chế ngự và bị phán xét khi quyền năng của Đức Chúa Trời được bày tỏ lần cuối cùng lúc Đấng Christ tái lâm.

MỤC ĐÍCH

Ông vui mừng khi con cái Chúa ở Tê-sa-lô-ni-ca có sự tấn tới trong đức tin lúc gặp bắt bớ, bảo đảm với họ về sự cầu nguyện của ông, và tìm cách để sửa lại những sự sai trật đã nổi lên liên quan đến điều mà Phao-lô đã dạy về "ngày tái lâm của Chúa." Trong bức thư thứ nhất, Phao-lô tranh luận rằng "ngày của Chúa" thật sự chưa đến. Cho nên, họ không nên phiền não hay nhầm lẫn làm cho đau khổ nên đứng mạnh mẽ và tiếp tục tin về sự dạy dỗ ông đã dạy họ và làm việc cách có kết quả trong lúc này.[58]

ĐỀ TÀI

Ngày của Chúa chưa đến cho đến khi "kẻ bội nghịch cùng luật pháp" đến.

CÂU GỐC

"Kẻ đó sẽ lấy quyền của quỉ Satan mà hiện đến, làm đủ mọi thứ phép lạ, dấu dị và việc kỳ dối giả; dùng mọi cách phỉnh dỗ không công bình mà dỗ những kẻ hư mất, vì chúng nó đã không nhận lãnh sự yêu thương của lẽ thật để được cứu rỗi (2:9-10).

 CÁCH ĐỌC

Một lần nữa, Phao-lô viết lời mở đầu và kết thúc rất ngắn, biểu lộ rõ sự thúc đẩy chính của ông viết trong thư là sự dạy dỗ hơn là tính cách cá nhân.[59]

DÀN BÀI

Giới thiệu	1:1-2
Đừng phiền não	1:3-12
Đứng vững	2:1-17

---

[58] 1:3-10; 2:13 3:6-13.
[59] 1:1-2 và 3:16-18.

Làm việc khó nhọc cho đến khi Ngài đến   3:1-15
Kết thúc   3:16-18

BỐ CỤC
    Cả bức thư gồm có bốn mươi bảy câu, nhưng có mười tám câu trong thư thứ hai nầy viết về thời kỳ cuối rất xúc tích. Điều đó củng cố sự hiểu biết ở mục đích chính của lá thư. Phao-lô viết cho họ trong 1 Tê-sa-lô-ni-ca Chúa Jesus sẽ tái lâm (thư nầy ông viết xác định Chúa chưa trở lại).

II Tê-sa-lô-ni-ca, NGÀY CỦA CHÚA CHƯA ĐẾN

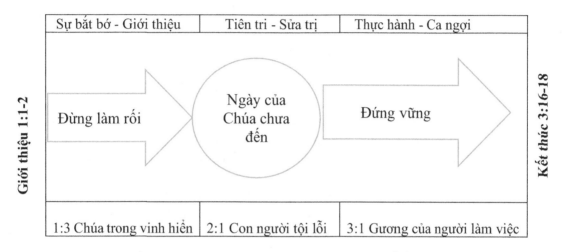

    Khi đọc sách II Tê-sa-lô-ni-ca cách chậm rãi, chú ý phần giới thiệu của Phao-lô về các đề tài dưới đây:

Chúa đến trong vinh hiển (1:3-12). Phao-lô tỏ ra cho con cái Chúa đến cứu và ban cho chúng ta được dự phần trong sự vinh hiển của Ngài. Con cái Chúa tìm thấy sự bắt bớ có liên quan đến sự vinh hiển (1:4-10). Trong phần nầy Phao-lô cũng cho một lời chắc chắn, khuyên người tin nên bền bỉ và giữ vững đức tin khi chịu sự bắt bớ và cảm ơn Chúa vì đức tin và tình yêu của họ trong Ngài (1:3-4). Khi nói đến sự phán xét của Chúa giáng trên thế gian, "trong khi Đức Chúa Jesus từ trời hiện đến" (1:7). Phao-lô bảo đảm với người tin Chúa, Ngài (sẽ báo thù trên những người bắt bớ họ) và sẽ làm sáng danh các thánh đồ trong khi Ngài đến (1:5-12).

Kẻ ác (2:1-17). Là Antichrist ở thời kỳ cuối cùng. Phao-lô làm sáng tỏ có liên quan đến ngày của Chúa và chúng ta được cất lên không trung với Ngài (1:1, the rapture). Phao-lô cũng viết Chúa không trở lại cho đến khi có hai điều sẽ xảy ra:

Antichrist

1. Có sự chống Chúa dữ dội xảy ra (2:3)
2. "Kẻ bội nghịch cùng luật pháp" sẽ xuất hiện, là kẻ khuyến khích nhiều người chống lại Chúa.

Kẻ chống Chúa được biết qua bản tánh lộng ngôn của nó (2:4-5), Đấng ngăn trở cần phải cất đi (2:6-7), nó lấy quyền lực của Satan mà hiện đến (2:8-10). Sa-tan bị tiêu diệt bởi Chúa (2:8). Satan phỉnh dỗ nhiều người (2:9-11), và nhiều người mắc phải sự lầm lạc của Satan và họ sẽ bị đoán phạt bởi Chúa (2:12).

Danh xưng của Antichrist

Cái sừng nhỏ	Đa-ni-ên 7:8; 8:9
Vua hầu đến	Đa-ni-ên 9:26
Vua sẽ làm điều mình muốn	Đa-ni-ên 11:36
Người tội ác	II Tê-sa-lô-ni-ca 2:3
Con trai của sự hư mất	II Tê-sa-lô-ni-ca 2:3
Kẻ nghịch cùng luật pháp	II Tê-sa-lô-ni-ca 2:8
Antichrist	I Giăng 2:18
Con thú ra từ biển	Khải-huyền 13:1; 17:8

Đoạn hai là bỏ vào bức thư (một) chìa khóa, chúng ta nên để nhiều thời gian tìm học. Chú ý đến "kẻ bội nghịch cùng luật pháp" bởi vì Phao-lô đã nói với họ trước đó "ngày nầy đến thình lình cho anh em như kẻ trộm" (I Tê-sa-lô-ni-ca 5:4).

Làm việc cho đến lúc Ngài đến (3:6-15). Những người tin Chúa đang hầu việc Ngài được bày tỏ trước về sự bắt bớ trong bức thư. Antichrist xuất hiện phá hoại Hội Thánh (Phao-lô dành nhiều thời gian cho sự giảng dạy rõ ràng hình bóng kẻ chống lại Chúa), ông được cho thấy trước ở thời điểm đó liên quan đến tương lai của Hội Thánh. Phao-lô có dòng tư tưởng mạnh mẽ đầy quan tâm đến chúng ta như cái móc là trung tâm liên hệ đến thời điểm hiện nay. Lời khuyên khác của ông (hãy để ý đến những kẻ ấy, đừng giao du với họ, hầu cho họ nhân đó biết xấu hổ). Tuy nhiên, những hạng người không vâng phục vẫn nên răn bảo như anh em không nên đối xử họ như kẻ thù (3:14-15).

Muốn có cân bằng về sự tái lâm của Chúa Jesus, chúng ta cũng phải xem Ma-thi-ơ 14, I Cô-rinh-tô 15 và Khải-huyền 1, 19, 20. Không có việc gì xảy ra ở ngoài thời gian dành cho nó. Kẻ ác sẽ bị phơi bày trong cuộc phản loạn và bị sa ngã. Cuối cùng, quyền tể trị của Đức Chúa Trời sẽ được thể hiện trong việc kẻ ác bị diệt vong. Bởi sự tái lâm của Chúa Jesus Christ, Ngài sẽ đem về cho Ngài số người đã được tuyển chọn cách vinh quang. Cho nên, chúng ta là những người còn sống cần phải sống theo niềm hy vọng và giữ mình trong Chúa luôn luôn.

KHÁC BIỆT GIỮA 2 THƠ TÍN

1 Tê-sa-lô-ni-ca

1. Chúa đến vì Hội Thánh.
2. Cất lên (chốn không trung)

2 Tê-sa-lô-ni-ca

1. Chúa đến với Hội Thánh.
2. Chúa đến trên đất.

3. Tính cách Chúa tái lâm (Không có dấu báo)	3. Thời gian Chúa tái lâm (có dấu báo)
4. Sự êm dịu của ý tác giả	4. Kỷ luật của người cha.
5. Sự khen ngợi	5. Sự lên án.
6. Chúa đến	6. Antichrist đến.

SỰ SUY NGHĨ

Nếu Chúa Jesus trở lại, câu hỏi quan trọng nhất bạn có thể hỏi chính mình là, "Ngài sẽ trở lại vì tôi chăng?" Chỉ có một mình bạn trả lời câu hỏi đó. Chúa Jesus đã hứa Ngài sẽ trở lại (Giăng 14:1-3), lời hứa nầy trở nên sự bảo đảm nếu bạn đặt trọn niềm tin vào lời hứa sẽ nhận được như là món quà nhưng không của Đức Chúa Trời.

CHÚA LÀ TRỌNG TÂM CỦA SÁCH TÊ-SA-LÔ-NI-CA

Mở đầu sách chương này nói về sự mâu thuẫn giữa thời đại ngày nay chỉ quan tâm đến cá nhân và Chúa là trọng tâm của sách Tê-sa-lô-ni-ca. Vai trò chính mà Phao-lô đề cập Chúa chính là đời sống của họ. Đức Chúa Trời, Đấng Christ, và những câu có liên quan với nhau thường được nhắc lại nhiều lần trong thư tín.

Để ý chữ "Đức Chúa Trời" nói đến 30 lần trong I Tê-sa-lô-ni-ca, "Jesus" nói đến 16 lần, "Chúa" nhắc đến 24 lần. "Christ" xuất hiện 10 lần. Trong II Tê-sa-lô-ni-ca, là bức thư ngắn, "God" được tìm thấy 18 lần, "Jesus" 13 lần, "Lord" 22 lần, và "Christ" 10 lần. Trong I Tê-sa-lô-ni-ca có 89 câu, và II Tê-sa-lô-ni-ca có 47 câu, tổng cộng hai sách có 136 câu. Có gần 150 lần nói đến từ God, Christ, hay cả hai. Sách đề cập khoảng gần 10 lần về Đức Thánh Linh.

SỨ ĐIỆP QUAN TRỌNG

Có hai đề tài giá trị quan trọng được nhìn ra từ bức thư: 1) Sự đau khổ và 2) Bản tánh của ma quỉ. Tìm những phân đoạn dưới đây, đặc biệt chú ý đến những tỉnh từ dùng để diễn tả nguyên nhân và hậu quả của sự đau khổ, diễn tả sự hiện thân của Antichrist. Kế đến, so sánh hai điều trên đáp ứng cho sự đau khổ vào chính bản thân bạn, và điều khích lệ nào tìm thấy ở hai điều này? Điều gì cần ăn năn và phải sửa lại?

Đau khổ - 1:3-12; 2:16; 3:3
Đặc điểm của kẻ ác – 2:3-12

Những chữ chìa khóa
Chúa, cầu nguyện, kẻ ác.

1 TI-MÔ-THÊ
Mục sư và người tin Chúa trong Hội Thánh

Ba thư tín cuối cùng các tác phẩm của Phao-lô trong Tân Ước gồm I & II Ti-mô-thê và Tít, thường được biết đến với cái tên là Thư Tín Mục Vụ (Pastoral letters). Sở dĩ được gọi như vậy vì phần lớn các bức thư ấy đề cập đến công tác chăn bầy (mục vụ) trong Hội Thánh và các nhiệm vụ của người phục vụ Cơ đốc.

Mục sư Ti-mô-thê

Ti-mô-thê là người trẻ đã hợp tác với sứ đồ Phao-lô trong chuyến truyền giáo thứ hai khi ông ở thành phố Lystra tại Ga-la-ti, mẹ của Ti-mô-thê tên là Eunice, người Do thái, cha là người Hy lạp. Ti-mô-thê đi với Phao-lô trong chuyến truyền giáo thứ ba[60] như chúng ta biết, cùng với Phao-lô tại Rô-ma khi ông viết bốn "bức thư trong tù." Nói chung người mục sư trẻ nầy là "tay mặt" của sứ đồ Phao-lô có những bằng chứng tốt để ông đưa Ti-mô-thê tiếp nhận Chúa.[61]

Thư gởi Ti-mô-thê

Để hiểu nhiều về ngôn ngữ và đề tài của lá thư nầy, chúng ta cần trở lại chuyến truyền giáo lần thứ ba của sứ đồ Phao-lô, người trợ giúp Ti-mô-thê đã ở Ê-phê-sô ba năm giảng và dạy Tin Lành cho những vùng phụ cận.[62] Sau đó Ti-mô-thê trở lại Giê-ru-sa-lem còn Phao-lô bị bỏ tù ở Rô-ma.[63] Khi đó ông gởi thư cho Hội Thánh Ê-phê-sô khen ngợi vì họ bước đi trong Đức Thánh Linh.[64] Nhưng ngay sau đó Phao-lô bắt đầu nghe nói nhiều khó khăn làm tổn thương những Hội Thánh tại đó.

Sau khi Phao-lô được trả tự do, Phao-lô và Ti-mô-thê đã viếng thăm những Hội Thánh chung quanh Ê-phê-sô. Phao-lô chứng kiến con cái Chúa chịu đựng nhiều khó khăn, yêu cầu Ti-mô-thê ở lại Ê-phê-sô để chăm sóc con cái Chúa, giải quyết những khó khăn đang xảy ra.[65] Không thể đến Ê-phê-sô như ông muốn, Phao-lô gởi cho người trợ giúp.[66] Muốn Ti-mô-thê và tất cả mục sư và người lãnh đạo đối diện với kẻ thù tâm linh đang hoành hành, trong quyền năng của Chúa chúng ta gọi bức thư nầy là "thư dành cho mục sư" mặc dầu Ti-mô-thê không có quản nhiệm Hội Thánh nhưng làm việc như là người trợ giúp của sứ đồ Phao-lô.

ƯU TIÊN CHO NGƯỜI ĐỌC

Phao-lô viết thư này cho Ti-mô-thê (1: 2), con tinh thần của ông. Ti-mô-thê là người đại-diện cho Phao-lô (3:14-15) và cũng là người đồng hành với ông trong các chuyến truyền giáo: 2 Cô-rinh-tô 1:1; Phi-líp 1:1; Col. 1:1; 1 Tê-sa-lô-ni-ca 1:1; 2 Tê-sa-lô-ni-ca 1:1). Ông có Cha là người Hy-lạp, Mẹ Do-thái (Công-vụ 16:1). Ông tiếp nhận

---

[60] Công-vụ 16:1-4.
[61] I Ti-mô-thê 1:2; 2 Ti-mô-thê 1:2; 1 Cô-rinh-tô 4:17.
[62] Công-vụ 18:23-21:17.
[63] Công-vụ 21:18-26:31.
[64] Ê-phê-sô 1:15-16.
[65] I Ti-mô-thê 1:3.
[66] I Ti-mô-thê 3:14-15.

Chúa do Phao-lô dẫn dắt tại Lít-tra (Công-vụ 16:1; 14: 8-18). Ông còn trẻ và rất e thẹn, nhút nhát (1Tim. 4:12; 2Tim. 1:6-7) và thường hay đau ốm (5:23).

Sách cũng có ý gởi cho những giáo sư giả tin nơi những chuyện huyền thoại (1:4; Tít 1:13-14; 2Phi-e-rơ 1:16), gia phả (1:4, 6-7, Titus 3:9). Họ là những người Do-thái (Tít 1:10-11), và hướng về kiêng kỵ (Ascetic), *một số đồ ăn hay cưới gả (1 Tim 4:1-3)*. Họ cũng không tin nơi sự sống lại (2 Tim 2:18; 1 Tim.1:20), dạy về những sự khác biệt giữa Do-thái Giáo và Cơ Đốc Giáo (1 Tim 6:20-21), và tham gia vào những sự tranh cãi vô cùng, vô bổ (2 Tim 2:14; 3:9). Họ cũng từ chối nhân tánh của Chúa Cứu Thế (1 Tim 2:5; 1 Giăng 4:1d). Tà giáo này có vẻ như là một hình thức rất sớm của Duy Thức (Gnosticism). Tuy vậy, nó khác với Duy Thức của Marcion ở thế kỷ thứ hai với những lý do sau:
- Phao-lô viết thơ này trước khi Ông bị giết chết vì Tin Lành: AD 67.
- Marcion thì chống lại Do-thái Giáo, còn Phao-lô thì sự dạy dỗ luôn luôn ăn khớp với Cựu Ước (Công-vụ 17:1-4).
- Marcion rất giàu có, và nhóm của họ tìm kiếm sự giàu có.
- Những người theo Marcion là thành phần gian ác (evil).
- Những sách thơ tín của Phao-lô không có thiện cảm đối với Marcion.

Khi đọc thư nầy chúng ta hiểu Ti-mô-thê là "mục tiêu" của Phao-lô, vì ông dặn riêng Ti-mô-thê "giải quyết các việc đó cho anh em" (4:6).

TÁC GIẢ VÀ NIÊN ĐẠI
Thư nầy viết sau khi sứ đồ Phao-lô bị giam lần đầu tiên tại Rô-ma (Công-vụ 28). Ông được ra khỏi tù vào mùa thu năm 62 A.D. và bắt đầu thăm viếng các Hội Thánh trong mùa xuân năm 63 A.D. Ti-mô-thê là người đang hầu việc Chúa tại Ê-phê-sô. Có thể Phao-lô ở tại Ma-xê-đoan (1:3), cũng có thể ông đang ở Hy-lạp để đối diện với người Do-thái với khuynh hướng ngộ đạo là người muốn được biết đến như "thầy dạy luật" (1:7). Ông viết gởi cho Ti-mô-thê trong mùa hè năm A D 64.

MỤC ĐÍCH
Có ba mục đích trong bức thư nầy:

Khích lệ Ti-mô-thê - Ông gặp khó khăn trong vai trò huấn luyện các người lãnh đạo. Phao-lô muốn giúp ông cứ "tiếp tục."

Khuyến cáo Ti-mô-thê - Phao-lô là người lãnh đạo lớn tuổi, muốn Ti-mô-thê cảnh giác nhiều loại giáo sư giả chung quanh và phương pháp họ dùng dạy dỗ sai là một trong những kẻ phá hoại Hội Thánh và ông muốn trang bị cho Ti-mô-thê đánh "một trận tốt lành" giống như ông.

Chỉ dạy Ti-mô-thê - Phao-lô cho ông một lời hướng dẫn đặc biệt về công việc Hội Thánh là làm thế nào bao gồm vai trò của các bà, chọn những người lãnh đạo và chăm sóc những người đàn bà góa.

ĐỀ TÀI

Tín đồ cần phải coi chừng đời sống mình công việc và cẩn thận trong sự dạy dỗ vai trò của người lãnh đạo là bảo đảm rằng họ được trang bị thật tốt cho sự lãnh đạo Hội Thánh.

CÂU GỐC

"Hỡi Ti-mô-thê, hãy giữ lấy sự giao phó đã ban cho con, tránh những lời hư không phàm tục và những sự cãi lẽ bằng tri thức ngụy xưng là tri thức" (6:20).

 ### CÁCH ĐỌC

Phao-lô mở đầu và kết thúc thư của ông gởi cho người làm công quý mến với lời chúc tốt đẹp nhất, bắt đầu và kết thúc với sự chứng thực rõ ràng của Ti-mô-thê.[67]

DÀN BÀI

Giới thiệu	1:1-2
Mệnh lệnh cho Ti-mô-thê	1:3-20
Dạy dỗ đúng	1:3-11
Ân-điển và chiến tranh	1:12-20
Lời giáo huấn cho Ti-mô-thê	2:1-6:21a
Thờ phượng trong Hội Thánh	2:1-15
Người lãnh đạo Hội Thánh	3:1-13
Thánh ca thờ phượng	3:14-16
Giúp để chống lại lời dạy dỗ sai	4:1-16
Đàn bà góa, trưởng lão và tôi mọi	5:1-6:2a
Lời giáo huấn cuối cùng	6:2b-21a
Chúc phước	6:21b

BỐ CỤC

Lá thư thứ nhất Phao-lô gởi cho Ti-mô-thê rõ ràng xoay quanh chủ đề về Hội Thánh địa phương. Phao-lô trao cho Ti-mô-thê lời giáo huấn "luật lệ" làm sao cho một Hội Thánh trở nên hoạt động, với "trợ giúp của Mục sư" sự chăn bầy để cho dân của Chúa thánh. Sách có thể như bức họa đồ dưới đây:

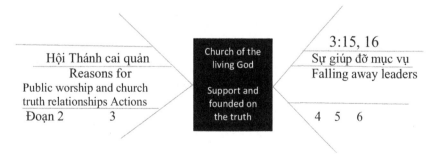

---

[67] 1:1-2; 6:21.

Biện giải về đức tin (1:4-20). Phao-lô lo lắng sự dạy dỗ sai làm cho Hội Thánh bị chia rẽ (1:3-4). Dạy dỗ đúng sẽ dẫn đến sự tin kính và đời sống đúng, sự dạy dỗ sai sẽ dẫn đến lệch lạc trong cuộc sống và phá hủy người tin Chúa. Công việc chính của Mục Sư là dạy dỗ đúng theo Kinh Thánh. "Hỡi Ti-mô-thê, con ta, sự răn bảo mà ta truyền cho con ... cầm giữ đức tin và lương tâm tốt" (1:18-19). Giáo sư giả trong Hội Thánh (1:20) đã gây tội vì "theo các thần lừa dối, và đạo lý của quỉ dữ" (4:1) và làm cho đời sống người tin kính chúa chán nản và không còn phục vụ Chúa.

Thờ phượng và lãnh đạo Hội Thánh (2-3). Mục Sư trong thời đầu tiên là những người cầu nguyện (Công-vụ 6:4) và Phao-lô bảo các ông phải cầu nguyện, không có nghĩa chỉ có quý ông mới cầu nguyện trong giờ thờ phượng của Hội Thánh. Cầu nguyện ở khắp mọi nơi (2:8) và về mọi vấn đề cầu nguyện:

1. Cầu thay;
2. Cá nhân cầu nguyện;
3. Tin chắc lời cầu nguyện sẽ được trả lời; và,
4. Cảm tạ

Ông cũng khuyên các bà ăn mặc gọn gàng và hãy dùng công việc mình mà bày tỏ đức tin (2:9-11). Phao-lô tuyên bố chỉ có một Đấng Trung Bảo ban cho sự cứu rỗi –không ai, hay bất cứ ai trong vòng loài người - ngoài Chúa Jesus Christ (2:5). Bởi vì Ngài đến trong thân thể con người "Ngài ban chính Ngài để cứu chuộc nhiều người" (2:6). Phao-lô muốn mỗi người đều có sự "nhận biết về lẽ thật" (2:4). Phao-lô đã đưa ra cho Ti-mô-thê những nguyên tắc trong sự thờ phượng, ông cũng đề cập đến những phẩm chất đặc biệt dành cho người lãnh đạo Hội Thánh.

Phẩm cách của người Mục sư

Phao-lô diễn tả về phẩm cách của người giám mục (ngoài chữ Mục Sư là trưởng lão 5:17), nhưng không diễn tả về việc làm mà nhấn mạnh đến phẩm chất thiết yếu (3:2-4). Mục đích của ông người tin biết chắc "làm thế nào trong nhà Đức Chúa Trời, tức là Hội Thánh của Đức Chúa Trời" (3:15). Phao-lô làm sáng tỏ hơn niềm tin không thể tách rời khỏi thái độ cử chỉ, ông không muốn người lãnh đạo Hội Thánh sống giống như giáo sư giả bao gồm "ghanh ghét, tranh cạnh, giềm chê" (6:3-5). Phao-lô dạy Ti-mô-thê hãy "tìm sự công bình, tin kính, đức tin, yêu thương, nhịn nhục, mềm mại" (6:11). Phần nầy kể tên rõ ràng nhất để miêu tả, cảnh cáo, nghiêm khắc, người lãnh đạo Hội Thánh trong Tân Ước, giúp chúng ta làm tốt ngày nay, lưu ý sự cố vấn của Phao-lô cho mục sư Ti-mô-thê.

Sự giúp đỡ mục vụ (4-6). Trong phần nầy bắt đầu thư (1:3-6) ông nói về giáo sư giả ra từ Giu-đa, nhưng lúc bây giờ ông lại chú ý đến khó khăn lúc ban đầu là thuyết ngộ đạo Phao-lô đối diện với "thần lừa dối" đang ảnh hưởng mạnh về đạo lý của quỉ dữ (4:1). Ông nhận ra hai công việc của họ:

1. Cấm cưới gả;
2. Kiêng các thức ăn Đức Chúa Trời đã dựng nên cho kẻ có lòng tin, biết lẽ thật, tạ ơn mà dùng lấy (4:3).

Phao-lô khuyên Ti-mô-thê trở nên kẻ giúp việc ngay lành của Đức Chúa Jesus Christ. Hãy dùng những ân tứ thuộc linh và xứng đáng với chức vụ (4:11-16), không như người nói "lời hư ngụy, phàm tục giống như chuyện nhảm nhí" (4:6-7). Ti-mô-thê nên nhận sự dạy dỗ và hãy cẩn thận đáp ứng theo lẽ thật.

Phao-lô cũng cắt nghĩa Hội Thánh nên chăm sóc đàn bà góa (5:3). Người thật là góa (5:5) là người:
1. Tin Chúa, để lòng trông cậy Chúa (5:5).
2. Không có gia đình chăm sóc (5:4-5).
3. Chăm lo việc Chúa (5:5, 10).
4. Ít nhất sáu mươi tuổi (5:9).
5. Không ưa sự vui chơi (5:6).

Nhưng người không đủ phẩm hạnh:
A. Người trẻ cần lập gia đình.
B. Đàn bà nhàn rỗi.
C. Nói chuyện tầm phào đi từ nhà nầy đến nhà kia.

Một điều quan trọng nữa, Mục Sư phải nhận lương (5:17-18) nhưng không nên phải chờ cho đến khi Mục Sư được chứng minh là người tin kính Chúa (5:22-25). Phao-lô cũng cảnh cáo về bất cứ ai "dạy dỗ giáo lý khác" (6:3). Vì họ là những người: lên mình kiêu ngạo, không biết chi hết, hay gạn hỏi, cải lẫy (6:4-5). Phao-lô diễn tả:

1. Đời sống của người thầy tin kính (6:6-10).
2. Mục tiêu của người thầy dạy (6:11-16); và cuối cùng.
3. Công việc của người thầy (6:17-19).

Trong phần đầu bức thư chứa đựng nhiều lời dạy dỗ cho người lãnh đạo Hội Thánh và cách tổ chức, lời khuyên của Phao-lô trong bức thư hầu như "vô tận." Hội Thánh đầu tiên là một gia đình thuộc linh hay cộng đồng của người tin kính hầu hết đều nhóm lại tại nhà riêng.

SỰ SUY NGHĨ
Mẫu mực của Mục Sư

Trên nền tảng căn bản lời dạy của Phao-lô cho Ti-mô-thê và Tít, chúng ta có một khuôn mẫu rõ ràng về mục vụ của Mục Sư trong Tân Ước. Dựa trên hướng dẫn theo Thánh Kinh và thư của Phao-lô, bạn diễn tả một mục sư mẫu mực phải như thế nào? Làm thế nào một người mục sư cân bằng giữa sự giảng dạy lẽ thật đối đầu với kẻ ác và yêu thương người?

Diễn tả mục vụ Mục Sư của mình phải làm những gì? Nếu bạn là Mục sư, áp dụng thế nào về lời dạy của Phao-lô cho mình?

SỰ ĐIỆP QUAN TRỌNG

Thư nầy hàm chứa ba "bài thánh ca" rất ích lợi để học và suy ngẫm. Đọc một câu trước dưới đây trong sự nghiên cứu của bạn.

Thánh Ca #1 "Tôn vinh và vinh hiển đời đời!" (1:17).
Thánh Ca #2 "Sự mầu nhiệm của sự tin kính" (3:16).
Thánh Ca #3 "Vua trên muôn vua" (6:15-16).

Một đoạn kinh văn khác nữa rất quí báu là sự diễn tả của Phao-lô về người lãnh đạo tin kính trong 3:1-13. Mặc dầu ông chỉ đề cập cho người đàn ông tại đây, những điểm ông viết là lòng ước ao dành cho con cái Chúa muốn lớn lên trong Chúa Jesus. Viết xuống và suy gẫm mỗi điểm. Có thể tham khảo trong Kinh Thánh để tìm nơi nào viết về những phần nầy trong Tân Ước. Làm thế nào Chúa Jesus đã làm trọn các đặc điểm đó?

Những câu chìa khóa

Dạy, phục vụ, mệnh lệnh, yêu.

II TI-MÔ-THÊ
Bền đỗ vào phân rẽ

Phao-lô và Ti-mô-thê, church of Philippi

Ông đã già, sống những giờ phút cuối cùng tại phòng giam của La mã và biết thời gian không còn nhiều nên Phao-lô viết thư nầy, một ý nghĩa thuộc linh và những lời chúc trong Kinh Thánh. Làm một "dying wish" (lời chúc trước khi qua đời) đến với người bạn trung thành và người cùng làm việc Ti-mô-thê.

Khoảng năm năm kể từ khi Phao-lô viết thư đầu tiên gởi cho Ti-mô-thê. Một điểm khác biệt là Phao-lô không phải là người tự do! Con cái Chúa khắp nơi dưới sự cai trị của chính quyền La mã lúc bây giờ đều chịu khổ vì đức tin của họ. Hoàng đế độc ác Nê-rô đã thù địch những người theo Chúa Jesus, nghĩ rằng không gì tốt hơn là tiêu diệt tất cả những người tin Chúa và Nê-rô đã thành công một phần nào đó như suy nghĩ. Hoàng đế đã bắt người lãnh đạo dũng cảm của Hội Thánh đứng trước vành móng ngựa và xử chết. Theo truyền thống cho chúng ta biết Phao-lô đã bị giam trong ngục tù ô nhục Mamertine, có thể bị giam hẳn trong đó, lối vào phòng nhỏ của ông là ở trên trần nhà bên trong 19 by 10 foot chỉ có một khoảng nhỏ để di chuyển – chiều cao chỉ có 6 ½ feet lạnh giá tối tăm.

Lần đầu tiên ông bị giam trong La-mã (58-62 A.D.), ông chờ được thả tự do.[68] Thật rõ ràng từ bức thư nầy ông đang chờ để bị tử đạo.[69]

Phao-Lô Bị Cầm Tù lần Thứ Nhất	**Phao-Lô Bị Cầm Tù Lần Thứ Hai**
(Công-vụ 28)	(2 Tim 4:6-8)
Bị kết án dạy tà giáo	Bị kết án tội phạm
Bị giam tại một nhà mướn	Bị giam trong tù
Có hy vọng được thả ra	Không có hy vọng được thả ra
Có nhiều bạn hữu	Có rất ít bạn hữu thăm viếng

TRƯỚC GIẢ VÀ NIÊN ĐẠI

Phao-lô nói rõ ràng ông là tác giả thư nầy vì chúng ta biết vua Nê-rô chết vào tháng sáu năm 68 A.D., nên thư nầy có thể được viết vào khoảng thời gian năm 67 A.D.

---

[68] Phi-líp 1:24-26.
[69] 4:6.

ƯU TIÊN CHO NGƯỜI ĐỌC

Cả bức thư "trên thực tế" là lời "từ giã" của Phao-lô đến với người được yêu mến và là người bạn được tín nhiệm nhất. Trong thư tuy nhiên chúng ta cũng tìm thấy những sứ điệp ngắn mà Phao-lô muốn Ti-mô-thê truyền đạt cho người khác câu chúc ngắn "nguyện xin ân điển ở cùng anh em"[70] là ý dành cho mỗi người đã biết ông.

MỤC ĐÍCH

Phao-lô viết với cả tấm lòng, nói cách chân thật và ấm áp "tạm biệt" đến với người bạn mà ông cho là thân yêu nhất. Mục đích chính là khuyến khích, truyền đạt ý nghĩ, và thách thức Ti-mô-thê cứ tiếp tục với mục vụ Tin Lành. Ông cũng muốn Ti-mô-thê đến thăm ông tại La-mã trước mùa đông, có thể vì tàu bè không còn hoạt động sau đó, và Phao-lô không hy vọng sẽ sống qua khỏi mùa đông.[71]

ĐỀ TÀI

Người làm công Cơ đốc (Christian workers) được xác nhận bởi Chúa, là người đã bền đỗ trong khó khăn, tránh những người gian ác, làm cho người khác biết Tin Lành, và dạy lời của Chúa.

CÂU GỐC

"Nhưng Chúa đã giúp đỡ ta và thêm sức cho ta, hầu cho Tin Lành bởi ta được rao truyền đầy dẫy, để hết thảy dân ngoại đều nghe, ta lại đã được cứu khỏi hàm sư tử. Chúa sẽ giải thoát ta khỏi mọi điều ác và cứu vớt ta vào trong nước trên trời của Ngài. Nguyền xin sự vinh hiển về nơi Ngài muôn đời không cùng! A-men" (4:17-18).

 CÁCH ĐỌC

Sau khi đọc thư chúng ta có thể hiểu tại sao thư được gọi "bức thư pha lẫn với sự buồn rầu và sự vinh hiển." Có sự mềm mại và buồn rầu trong những vòng chữ như sau:
"Vì ta nhớ đến nước mắt con" (1:4)
"Chớ hổ thẹn … về ta" (1:8)
"Mọi người đều lìa bỏ ta" (4:16)
"Kỳ qua đời của ta gần rồi" (4:6).

Những âm điệu chính của bức thư, ngay cả khi nói về đau khổ, là sự đắc thắng, vinh hiển, và hết lòng cảm tạ.
"Cậy quyền phép Đức Chúa Trời" (1:8)
"Về phần con, con đã noi theo ta trong sự dạy dỗ, tánh hạnh, ý muốn, đức tin, nhịn nhục, yêu thương, bền đỗ của ta" (3:10)
"Hiện nay mão triều thiên của sự công bình đã để dành cho ta" (4:8) "Nguyền xin sự vinh hiển về nơi Ngài muôn đời không cùng! A-men" (4:18).

---

[70] 4:22.
[71] 4:6-9, 12.

BẮT ĐẦU VÀ KẾT THÚC

Lời chào thăm rất ngắn,[72] hầu như Phao-lô lo âu để xúc tiến điều ông phải nói nhưng phần cuối của bức thư dài hơn. Có những lời cá nhân, sự dạy dỗ và làm chứng,[73] theo sau là chào thăm và chúc phước.[74] Chúng ta có bức thư cuối của người Đức Chúa Trời trong tay. Ngay cả Phao-lô bảo đảm rằng nơi ông đến là trước mặt Đức Chúa Trời, rõ ràng rằng lòng của ông chan chứa tình yêu thương đến với người bạn, đặc biệt – Ti-mô-thê.

DÀN BÀI

BỐ CỤC

Phân đoạn chính của bức thư ở đoạn 4:6-8, đưa cho người đọc hai thách thức: Chia sẻ trong sự đau khổ và phân rẽ người gian ác.

II TI-MÔ-THÊ, BỀN ĐỖ VÀ PHÂN RẼ

	1:3	2:1	2:14	4:1	4:6		4:9-18	
Lời chào thăm 1:1-2	THÁCH THỨC VỀ SỰ THÔNG CÔNG CHỊU KHỔ		THÁCH THỨC VỀ SỰ PHÂN RẼ VỚI NGƯỜI GIAN ÁC		LỜI CHIA TAY CỦA Phao-lô	LÀM CHỨNG VỀ SỰ ĐẮC THẮNG	**LỜI DẠY DỖ CÁ NHÂN**	**Lời giã từ và kết thúc 4:19-22**
	Tạ ơn	Khen ngợi	Cảnh cáo	Thay đổi				
	"Tôi tạ ơn Chúa vì anh em"	"Mạnh mẽ"	"Càng xa Chúa hơn"	"Giảng Tin Lành"				

Thách thức để chia sẻ trong hoạn nạn (1:3-2:13). Những sứ điệp chính là, "hãy cùng tôi chịu khổ" (1:8) và "Hãy cùng ta chịu khổ như một người lính giỏi của Đức Chúa Jesus Christ" (2:3). Phao-lô cũng chấp nhận tất cả những khó khăn cách kiên nhẫn mà kết quả là trong mục vụ của ông, biết kết quả cuối cùng là sự cứu rỗi trong Đức Chúa Jesus Christ (2:10). Bây giờ, ông thách thức Ti-mô-thê hãy tiếp nhận cùng một khải tượng, chịu khổ nếu cần, "vì Tin Lành" (1:8).

---

[72] 1:1-2.
[73] 4:9-18.
[74] 4:19-22.

Thách thức để phân rẽ người gian ác (2:14-4:5). Sứ điệp chính tại đây là: "Hãy lánh xa" (3:5). Cả dàn bài viết về sự khác biệt tội lỗi ở những người gian ác.[75] Phao-lô khen ngợi Ti-mô-thê bước theo đường thuộc linh mà ông đã được dạy khi còn thơ ấu từ mẹ của ông và những thầy dạy dỗ khác "Hãy giảng đạo; bất luận gặp thời hay không gặp thời … làm việc của người giảng Tin Lành" (4:2, 5).

Chúng ta thấy Phao-lô nhắc lại quá khứ của Ti-mô-thê trong ý định là khuyến khích người mục sư trẻ nhớ lại. Chúng ta thấy rằng bức thư nầy đi đến tuyệt điểm là lời làm chứng mạnh mẽ của Phao-lô (4:6-8). Ông đã kết thúc cuộc đua, và bây giờ mão triều thiên đang chờ ông. Lá thư cuối nầy gởi đến Ti-mô-thê để nhắc rằng "chạy xong cuộc đua" là mục đích, không phải đơn giản là chỉ "chạy."

Đối Tượng Của Tình Yêu Trong 2 Bức Thư Phao-lô gửi cho Ti-mô-thê

- Yêu tiền bạc (1 Ti-mô-thê 6:10).
- Yêu satan (2 Ti-mô-thê 3:2-4).
- Yêu chính mình (2 Ti-mô-thê 3:2).
- Yêu những thú vui (2 Ti-mô-thê 3:4).
- Yêu thế gian (2 Ti-mô-thê 4:10).

Điều trị những đối tượng của tình yêu thế gian: Ham mến sự hiện đến của Chúa Cứu Thế (4:8).

Những nhân vật trong đoạn 2: Con (c.1), người lính (c. 3-4), lực sĩ (c. 5) người làm ruộng (c. 6), người làm công (c.15), đồ dùng trong nhà (c. 20-21), đầy tớ (c.24).

Nhấn mạnh đến Lời của Chúa: Trong mỗi đoạn: 1:13; 2:15, 3:15-17; 4:2.

GIẢI ĐÁP THẮC MẮC
2 Ti-mô-thê 2:24-25 - Sự Ăn Năn là một món quà Chúa ban hay là một sự quyết định của con người?

Giải Đáp: Có hai ý nghĩa về sự ăn năn:

Như là cơ hội Chúa ban	Như là một hành động tự do của con người
Như là một sự sắp đặt của Chúa	Như là một hành động của con người
Như là một sự ban cho của Chúa	Như là một quyết định của con người

---

[75] 3:1-9.

Mục vụ của Timothy

Timothy phải	Vì
Chia sẻ về sự chịu khổ vì Tin Lành (1:8; 2:3)	Hầu cho họ cũng được sự cứu (2:10)
Lấy lòng ngay thẳng dạy dỗ lẽ thật (1:13; 2:15)	Hãy bỏ những lời hư không phàm tục (2:16-17)
Tránh khỏi tình dục trai trẻ (1:22)	Giữ mình khỏi bị ô-uế, có ích cho Chủ (2:21)
Tránh những điều tranh cạnh (2:23-25)	Phải ở tử tế để dẫn người ta về lẽ thật (2:24-26)
Hãy giảng đạo, cố khuyên (4:2)	Sẽ có sự bội đạo đến (4:3-4)

SỨ ĐIỆP QUAN TRỌNG

Mặc dầu bức thư nầy viết cách cá nhân, chứa đựng sứ điệp ngắn ngủi nhưng rất thích đáng cho chúng ta học. Đọc và viết xuống mỗi điều mà chúng ta nghiên cứu:

Đặc tính của "ngày sau cùng"   3:1-9, 13

- Sự định hướng của con người (bên trong vs. bên ngoài).
- Cái nhìn của tác giả.
- Điều gì họ "yêu" và không yêu?
- Quấy nhiễu về sự hiểu biết và học hỏi.

Sự cuồng tín sai trật
Kinh Thánh II Ti-mô-thê 3:16-17.
Nguồn sống của họ và tại sao nó quan trọng?
"Sự không ích kỷ" của họ.
Lời từ giã của Phao-lô II Ti-mô-thê 4:1-22.
Đối với ông điều gì quan trọng trong cuộc sống?
Cái nhìn của ông về con người (ngay cả người từ bỏ ông)
Điều gì ông làm cho đời sống của mình? Tại sao?

Những chữ chìa khóa

Chịu khổ, hổ thẹn, Lời/Kinh Thánh, bền đỗ, người làm công.

TÍT
Làm việc lành

Không ai có thể được cứu bởi làm công việc lành, nhưng việc làm tốt có giá trị và quan trọng trong đời sống của con cái Chúa. Sách Tân Ước nói nhiều về đề tài nầy.

NGƯỜI TÊN LÀ TÍT

Sau khi Phao-lô ra khỏi tù ở Rô-ma lần đầu, ông viết thư gởi đến những người đang cộng tác trong việc rao giảng Tin Lành, Ti-mô-thê và người thứ hai tên Tít bạn đồng lao của Phao-lô. Phao-lô và Tít đã làm công việc của người truyền giáo trong thành phố ở đảo Crete, miền Nam của Hy lạp bởi vì trong bức thư này, Phao-lô nói ông "để Tít ở lại."[76]

Ti-mô-thê và Tít giống nhau trong nhiều cách – cả hai đều trẻ, có ân tứ đồng làm việc với Phao-lô, có thể ngay cả tiếp nhận Chúa dưới mục vụ của sứ đồ Phao-lô.[77] Cả hai cũng phục vụ như là người đại diện cho Phao-lô ở những Hội Thánh gặp khó khăn trong miền Địa Trung hải (Mediterranean). Một điều thật đáng chú ý, đó là dù đồng hành và bạn với Phao-lô nhưng tên của Tít không có đề cập trong sách Công-vụ. Chúng ta chỉ có sách nầy và vài nơi khác nhắc đến để biết về Tít. Tuy vậy, có thể cho rằng Tít là người có đủ khả năng để làm môn đồ trung thành với Đấng Christ nhưng Phao-lô không bao giờ để Tít lại lãnh đạo một số Hội Thánh.

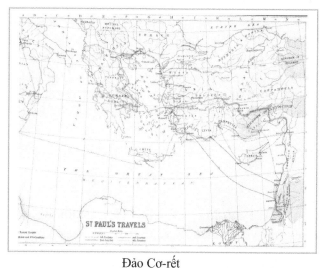

ĐẢO CƠ-RÉT

Cơ-rết là một hòn đảo trong miền biển Địa Trung hải (Mediterranean sea). Nó dài khoảng 156 miles nằm dọc và bề ngang từ 7-35 miles. Lu-ca cho chúng ta biết tàu của Phao-lô dừng tại hòn đảo nầy trên đường giải ông đến Rô-ma.[78]

Đảo Cơ-rết
Atlas of the Historical Geography of the Holy Land by George Adam Smith and J.G. Bartholomew, was published in London 1915

Người ở đảo Cơ-rết (Crete) đã có danh tiếng xấu trong thế giới Mediterranean Phao-lô ám chỉ điều này ở trong sách Tít khi ông nói: "Người Cơ-rết hay nói dối, là thú dữ, ham ăn mà làm biếng" (1:12). Có vài người cư ngụ trên đảo Cơ-rết đã trở nên con cái Chúa, và Phao-lô muốn khuyến khích họ sống như một người Cơ đốc. "Vả, ân điển Đức Chúa Trời

---

[76] 1:5.

[77] I Ti-mô-thê 1:2; Tít 1:4.

[78] Công-vụ 27:7ff.

hay cứu mọi người, đã được bày tỏ ra rồi. Ân ấy dạy chúng ta chừa bỏ sự không tin kính và tình dục thế gian, phải sống ở đời nầy theo tiết độ, công bình, nhân đức" (2:11-12). Nhiều lần trong thư Phao-lô viết về làm việc lành khi nhắc lại việc trong quá khứ của người khác ở Hội Thánh, có thể hiểu đạy là việc quan trọng thúc đẩy ông đã cần làm lúc đó.

TÁC GIẢ VÀ NIÊN ĐẠI

Trong I Ti-mô-thê, dường như Phao-lô viết hai lá thư này trong khoảng thời gian gần kề với nhau, ông có thể viết sách Tít vào khoảng năm 62 A.D., lúc trên đường đến thành phố Ni-cô-bô-li (Nicopolis) miền Bắc Ma-xê-đoan nơi mà ông hy vọng sẽ ở lại đó qua mùa đông.[79]

ƯU TIÊN CHO NGƯỜI ĐỌC

Mặc dầu thư nầy viết cho Tít giống như I Ti-mô-thê, có thể cho rằng Phao-lô đã đào tạo nhiều người ở khắp mọi nơi ông đến,[80] như Hội Thánh người Cơ-rết.

MỤC ĐÍCH

Bức thư thứ hai Phao-lô viết dành riêng cho "mục sư" với hai mục đích chính:
1. Nhắc Tít về công việc của ông là coi sóc các Hội Thánh.
2. Khích lệ con cái Chúa tại Cơ-rết về việc lành phải có trong đời sống mỗi ngày.
Một mục đích nhỏ khác nữa sự ước ao của Phao-lô là Tít phải cố găng đến gặp ông trong Ni-cô-bô-li nơi Phao-lô sẽ ở qua mùa đông.

CÂU GỐC

"Vì chưng chúng ta ngày trước cũng ngu muội, bội nghịch, bị lừa dối, bị đủ thứ tình dục dâm dật sai khiến, sống trong sự hung ác tham lam, đáng bị người ta ghét và tự chúng ta cũng nghét lẫn nhau. Nhưng từ khi lòng nhân từ của Đức Chúa Trời, là Cứu Chúa chúng ta, và tình thương yêu của Ngài đối với mọi người ta đã được bày ra, thì Ngài cứu chúng ta. Không phải cứu vì việc công bình chúng ta đã làm, nhưng cứ theo lòng thương xót Ngài" (3:3-5).

 CÁCH ĐỌC

Câu mở đầu thư rất đơn giản – Từ Phao-lô … đến Tít" (1:1, 4) nhưng giữa những lời tranh luận này có một câu rất hay nói về sự giảng dạy lẽ thật của Đức Chúa Trời đến với thế gian. Phao-lô viết thư nầy để:
1. Khích lệ làm mạnh mẽ Tít về nhiệm vụ mà ông nhận tại Cơ-rết.
2. Tiếp trợ đặc quyền của Tít giữa vòng các Hội Thánh tại Cơ-rết.
3. Hướng dẫn Tít và Hội Thánh cách tổ chức.
4. Giảng dạy về thái độ của người tin và làm việc lành.
5. Yêu cầu Tít đến gặp Phao-lô trong miền Nicopholis vào mùa đông và giúp Xê-na và A-bô-lô trong hành trình của họ.
Kết thúc thư có một lời chú thích cá nhân, nhưng vì liên quan đến lời nói đầu tiên mà Phao-lô dùng làm đề tài chính cho – *làm việc lành*.

---

[79] 2:1; 3:1.
[80] 3:12.

DÀN BÀI

BỐ CỤC

Sự suy nghĩ của Phao-lô là trọng tâm của tất cả đề tài trong bức thư là làm thế nào để "Hội Thánh sống mạnh." Ý của ông được chia như sau:

Chỉ định Hội Thánh – Một Hội Thánh sống mạnh phải có phép tắc nơi người lãnh đạo có khả năng để dẫn dắt người sẵn sàng làm theo.

Hội Thánh đúng –Một Hội Thánh sống mạnh phải xây dựng trên lẽ thật và thứ tự.

Hội Thánh phục vụ - Một Hội Thánh sống mạnh có quy tắc cho hội viên là ham thích làm việc lành, tin kính là đặc điểm của đời sống.

GIỚI THIỆU 1:1-4	NGƯỜI LÃNH ĐẠO	PHỤC VỤ	Lớn tuổi Trẻ Tôi mọi Thầy	TỔNG QUÁT	KẾT THÚC 3:12-15
	1:5	2:1		3:1	
	Thứ tự Hội Thánh	Hội Thánh đúng xây dựng trên lẽ thật		Hội Thánh phục vụ	
	Lãnh đạo	Chống (10)		Người tin theo	

Sự dạy dỗ sai trong Hội Thánh (1:1-16) - Của người Cơ-rết được diễn tả thật là sinh động dẫn chứng để nói lên sự suy đồi đạo đức và chủ nghĩa duy vật của họ. Phao-lô diễn tả mạnh mẽ tội lỗi nơi những người đáng ghê tởm, bại hoại, không thích hợp cho bất cứ gì và không ngạc nhiên Tít được khuyên là phải quở trách họ.

Làm cho Tin Lành được biết đến (2:1-10)

Phao-lô dạy dỗ trong Hy Lạp

a. *Người già* (2:1-3) – Sự dạy dỗ chính làm gây ấn tượng với những người nầy là in trong tư tưởng họ cách sâu sắc phải có thái độ đáng tôn trọng cũng như bày tỏ phẩm chất thật chứ không phải bề ngoài.

b. *Người trẻ* (2:4-8) – Đàn bà phải biết trông nom việc nhà, yêu và vâng phục chồng mình, trong khi đó đàn ông phải ở cho có tiết độ. Vì mục đích nầy, chính Tít sẽ làm gương về thái độ, nói năng phải lẽ hầu cho không bị bẻ trách của những kẻ không tin Chúa và kẻ không tin Chúa và kẻ chống đối ông.

c. *Nô lệ* (2:9-10) – Thái độ vâng phục chủ mình với lòng thật thà và trung thành.

d. *Ân điển của Đức Chúa Trời* (2:11-14; 3:4-7) – Phao-lô đưa ra hai lời khích lệ lớn cho Tít trong chức vụ: Ân điển của Đức Chúa Trời và sự trở lại của Đấng Christ, "sự hiện ra của sự vinh hiển Đức Chúa Trời và Cứu Chúa chúng ta, là Đức Chúa Jesus Christ," mà Phao-lô gọi "sự trông cậy hạnh phước" (2:11-14). Lời hướng dẫn cuối cùng được tập trung vào "sẵn sàng làm mọi việc lành." Bao gồm giữ cho được bình an (3:1-2) chú ý vào sự cứu chuộc trong Đấng Christ và sự ban thưởng bởi Đức Thánh Linh, lời cảnh cáo cuối cùng (3:3-11). Lúc đầu Phao-lô diễn tả về tình trạng của người ngoại qua bảy bản tánh xác thịt của họ và rõ ràng chỉ bởi ân điển của Đức Chúa Trời đã thay đời sống của ông, Tít và những người tin Chúa sẽ khác với người không tin bởi quyền năng biến cải.

"Những lời chắc chắn" trong chức vụ Mục sư

I Ti-mô-thê 1:15	"Đức Chúa Jesus Christ đã đến trong thế gian để cứu vớt kẻ có tội, ấy là lời chắc chắn, đáng đem lòng tin trọn vẹn mà nhận lấy, trong những kẻ có tội đó ta là đầu."
I Ti-mô-thê 3:1	"Ví bằng có kẻ mong được làm giám mục, ấy là ưa muốn một việc tốt lành, lời đó là phải lắm."
I Ti-mô-thê 4:8-9	"Vì sự tập tành thân thể ích lợi chẳng bao lâu, còn như sự tin kính là ích cho mọi việc, vì có lời hứa về đời nầy và về đời sau nữa. Ấy đó là một lời nói chắc chắn đáng đem lòng tin trọn vẹn mà nhận lấy."
2 Ti-mô-thê 2:11-13	"Lời nầy chắc chắn lắm: Ví bằng chúng ta chết với Ngài, thì cũng sẽ sống với Ngài, lại nếu chúng ta chịu thử thách nổi, thì sẽ cùng Ngài đồng trị, nếu chúng ta chối Ngài, thì Ngài cũng sẽ chối chúng ta, nếu chúng ta không thành tín, song Ngài vẫn thành tín, vì Ngài không thể tự chối mình được."
Tít 3:4-8	"Nhưng từ khi lòng nhân từ của Đức Chúa Trời, là Cứu Chúa chúng ta, và tình thương yêu của Ngài đối với mọi người ta đã được bày ra, thì Ngài cứu chúng ta, không phải cứu vì việc công bình chúng ta đã làm, nhưng cứ theo lòng thương xót Ngài, bởi sự rửa về sự lại sanh và sự đổi mới của Đức Thánh Linh mà Ngài đã rải ra trên chúng ta cách dư dật bởi Đức Chúa Jesus Christ, Cứu Chúa chúng ta, hầu cho chúng ta nhờ ơn Ngài được xưng công bình, trở nên con kế tự của Ngài trong sự trông cậy của sự sống đời đời. Lời nầy là chắc chắn, ta muốn con nói quyết sự đó, hầu cho những kẻ đã tin Đức Chúa Trời lo chăm chỉ làm việc lành, đó là điều tốt lành và có ích cho mọi người."

SỨ ĐIỆP QUAN TRỌNG

Dưới đây có ba sứ điệp quan trọng trong sách Tít mà bạn nên chú ý. Hãy đọc mỗi sứ điệp, xem Phao-lô nói gì với Tít và thế nào tại sao nó quan trọng cho chúng ta hôm nay.

Sự dạy dỗ sai trong Hội Thánh	1:1-16
Làm Phúc Âm lôi cuốn	2:1-10
Ân điển của Đức Chúa Trời	2:11-14; 3:4-7

Những chữ chìa khóa- Làm lành, dạy dỗ, ân điển.

PHI-LÊ-MÔN

An Apeal for Forgiveness
Thỉnh cầu về sự tha thứ

Tấm lòng tha thứ rất quan trọng mà Chúa Jesus đã dạy các môn đồ trong bài cầu nguyện chung.[81] Phao-lô cũng tin rằng sự tha thứ là cách bày tỏ tình yêu Cơ đốc. Điều nầy nhấn mạnh về sự tha thứ là lý do ông viết cho người bạn Phi-lê-môn. Hãy hình dung bạn sẽ thấy cách gợi ý được sắp đặt qua ngòi bút của sứ đồ Phao-lô.

Phi-lê-môn là người bạn Cơ đốc giàu có của ông, sống trong hay gần thành phố Cô-lô-se. Ông cao hơn vị trí của một hội viên bình thường ở một Hội Thánh nhỏ tại Cô-lô-se, là người Phao-lô gởi thư. Lá thư nầy cho biết một người nô lệ của Phi-lê-môn là Ô-nê-sim đã ăn cắp vài món đồ của chủ và sợ bị trừng phạt nên chạy trốn đến Rô-ma, là thủ phủ rất dễ để lẩn trốn trong một nơi đông dân cư. Ô-nê-sim sẽ an toàn hơn ở chỗ nầy!

Tại Rô-ma, Ô-nê-sim đã đến thăm Phao-lô đang bị giam, lúc bấy giờ ông đã tin nhận Chúa Jesus Christ là Cứu Chúa[82] và cũng sẽ trở về cùng chủ mình là Phi-lê-môn. Phao-lô rất quan tâm đến việc Ô-nê-sim bị trách phạt, nên viết thư gởi cho Phi-lê-môn, trong cách thức mềm mại yêu cầu Phi-lê-môn tha thứ tội (ăn cắp, trốn chạy) trả tự do phóng thích nhân cách nô lệ trở thành bạn hữu. Đây là một bức thư cá nhân duy nhất được viết bởi Phao-lô để Ô-nê-sim tận tay chuyển đến Phi-lê-môn và Ti-chi-cơ, sau đó chuyển qua Hội Thánh Ê-phê-sô và Cô-lô-se.

TÁC GIẢ VÀ NIÊN ĐẠI

Phao-lô viết bức thư cùng với Ti-mô-thê gởi lời chào thăm đến Phi-lê-môn trong câu mở đầu. Phao-lô vẫn bị giam trong Rô-ma lúc ông bị bắt lần thứ nhất vào khoảng năm 61 A.D. có thể cùng một khoảng thời gian với các lá thư khác mà ông viết trong tù.

ƯU TIÊN CHO NGƯỜI ĐỌC

Phi-lê-môn là người nhận trước tiên, nhưng Phao-lô cũng chào thăm vợ của ông là Áp-bi, con trai là A-chíp và Hội Thánh đang nhóm trong nhà của họ[83] Thư nầy cho chúng ta một cái nhìn thoáng qua về sức mạnh của gia đình trong thế kỷ thứ nhất.

MỤC ĐÍCH

Mục đích chính của Phao-lô là tìm sự bảo đảm cho Ô-nê-sim là nô lệ để phục hồi quyền tự do trở nên một người anh em trong Chúa tại nhà Phi-lê-môn mà ông đã chạy trốn.

ĐỀ TÀI

Lá thư được chuyển đi nhiều nơi nói về sự bỏ trốn của người Cơ đốc nô lệ (nói riêng) để xin sự tha thứ và phục hồi lại từ người thứ ba.

---

[81] Ma-thi-ơ 6:12.
[82] Công-vụ 28:16; 30-31.
[83] Câu 2.

CÂU GỐC

"Nhược bằng người có làm hại anh hoặc mắc nợ anh điều chi, thì hãy cứ kể cho tôi" (v. 18).

 CÁCH ĐỌC

Phao-lô bắt đầu và kết thúc bức thư cách thông thường: Giới thiệu chào thăm và chúc phước (1-3), kết thúc bằng lời nhắn nhủ cá nhân, chào thăm, và tiếp đến chúc phước (22-25). Lá thư chứa đựng sự ấm áp và kết chặt tình bầu bạn.

DÀN BÀI

Chào thăm	1-3
Đối tượng thỉnh cầu	4-7
Chính mình thỉnh cầu	8-16
Nguồn ngốc thỉnh cầu	17-21
Kết thúc và chúc phước	22-25

BỐ CỤC

Khi chúng ta đọc "bưu thiếp" ngắn nầy, ngạc nhiên tình bạn và sứ điệp có thể sắp đặt cách khéo léo của Phao-lô. Dưới đây để nhận thấy bản văn của ông trong Kinh Thánh.

PHI-LÊ-MÔN, YÊU CẦU SỰ THA THỨ

SALUTATION 1-3	Đối tượng thỉnh cầu Tình yêu của Phi-lê-môn	Thỉnh cầu về một mối quan hệ mới	Nguồn gốc thỉnh cầu tình yêu của Phao-lô	CONCLUSTION 22-25
	Khen ngợi Phi-lê-môn	Bào chữa cho Ô-nê-sim	Lời hứa của Phao-lô	
	4	8	21	

Lời chào thăm (1-3). Tại Cô-lô-se, Phao-lô và Ti-mô-thê có viết chung một bức thư. Có lần tác giả nhắc đến lúc ông đang ở tù có viết thư gởi cho Phi-lê-môn, Áp-bi, A-chíp, và Hội Thánh đang nhóm tại nhà Phi-lê-môn. Nhưng không giống như đã cùng viết với Ti-mô-thê.

Đối tượng thỉnh cầu (4-7). Phao-lô yêu cầu sự giúp đỡ của Phi-lê-môn vì tình yêu và đức tin Cơ đốc.

Chính mình thỉnh cầu (8-16). Phao-lô nói với Phi-lê-môn về Ô-nê-sim là người đã thay đổi, bây giờ là người tin nhận Chúa. Ông giải thích với Phi-lê-môn lý do tại sao Ô-nê-sim trở về, vì Ô-nê-sim bây giờ là anh em trong Đấng Christ.

Phao-lô lấy hình ảnh hoàn cảnh khốn đốn (8-9). Ông là người bị tù như vậy ông có sự thỉnh cầu đến Phi-lê-môn vì tình yêu của ông.

Ông gọi Ô-nê-sim là con trong đức tin, có sự gợi ý rằng Phao-lô nói đây có nghĩa là sự trở lại đạo của Ô-nê-sim (10).

Gởi Ô-nê-sim trở lại, Phao-lô dám chắc rằng ông gởi cả lòng mình cùng đi. Mặc dầu, ngày xưa Ô-nê-sim không có ích nhưng nay đã được biến đổi theo ý nghĩa tên thật của ông, là "có ích." Phao-lô muốn giữ ông lại nhưng không làm như vậy vì chưa có sự đồng ý của Phi-lê-môn (11-14).

Phao-lô cho rằng Ô-nê-sim bỏ trốn bây giờ không còn nữa, Phi-lê-môn nên chấp nhận người như một anh em thay vì là người nô lệ (15-16).

Nguồn gốc thỉnh cầu (17-21). Phao-lô nhắc Phi-lê-môn về tình bạn của họ. Ông đi xa hơn nữa để gợi ý rằng Phi-lê-môn "mượn" ông trước kia một điều mà Phao-Lô đã làm cho Phi-lê-môn.

SỰ SUY NGHĨ
Christians opposition to Slavery

Chống đối về cảnh nô lệ bởi người Cơ đốc. Phúc Âm là một trong những dấu ấn xác nhận tiêu chuẩn lịch sử. Lời giới thiệu của Phao-lô cho Phi-lê-môn để tỏ ra quan điểm của Kinh Thánh về phẩm chất cần thiết của con người và sự sai trật về cách đàn áp người khác (Phục Truyền 23:15-16). Chống đối việc buôn bán nô lệ đã được lên tiếng trong thế kỷ 18th bên Anh Quốc bởi George Whitefield và John Newton. Sau đó ảnh hưởng đến William Wilberforce đã đọc bài diễn văn đầu tiên chống lại việc buôn bán nô lệ (trong) vào năm 1789. Không bị khuất phục bởi những sự chống đối, Wilberforce thực tế đã thấy ở nghị trường Anh Quốc và quốc hội Mỹ đã bác bỏ việc buôn bán nô lệ vào năm 1807, dầu vậy, ông thúc đẩy xa hơn nữa cho việc phóng thích nô lệ trong đế quốc Anh. Đây là lần cuối được thông qua bởi nghị viên vài ngày trước khi Wilberforce chết năm 1833. Bởi vì tiền lệ nầy, African nô lệ được trả tự do qua bài diễn văn giải phóng nô lệ của tổng thống Abraham Lincoln vào năm 1863. Cũng như tất cả "lương tâm của người Anh" và đạo đức người lãnh đạo Anh Quốc giáo. Wilberforce được chôn trong Westminster Abbey.

Phi-lê-môn là bức thư tín ngắn nhất của Phao-lô. Trong quá khứ, có vài người gọi là "postcard." Ngày nay có thể ám chỉ là "text message." Sứ điệp nầy là phúc âm biến cải đời sống của chúng ta và làm cho họ trở thành anh chị em trong Đấng Christ. Martin Luther đã trưng dẫn khi nói, "We are all the Lord's Omesimi." Chúng ta không thể trả nợ của mình cho Đức Chúa Trời vì chúng ta phản loạn trong tội lỗi, ăn trộm điều thuộc về Ngài, và bỏ chạy, giống như Ô-nê-sim. Nhưng Chúa Jesus Christ đã ban cho chúng ta một sự tự do đời đời bởi vì Ngài đã trả hết nợ của chúng ta cũng như Phao-lô đã trả cho Phi-lê-môn vậy.

SỨ ĐIỆP QUAN TRỌNG
Có hai đề tài hấp dẫn được trình bày qua bức thư ngắn nầy: Sự tha thứ nói chung, và công việc của Đấng Christ vì tội nhân nói riêng. Đọc thư chậm rãi và viết xuống tất cả

những suy nghĩ của bạn có thể tìm:

- Sự tha thứ - chính chúng ta, của Chúa, người khác (chú ý: chữ "tha thứ" không tìm thấy trong thư. Tìm chứng cớ và hành động nói về sự tha thứ).

- Công việc của Đấng Christ dành cho bạn (chú ý đặc biệt đến câu Phao-lô nói về điều Phi-lê-môn nên làm, tại sao, và điều gì mà Phao-lô sẵn sàng làm).

Thư Tín Tổng Quát

Những bức thơ mang thể thư tín tổng quát gồm Hê-bơ-rơ, Gia-cơ, I và II Phi-e-rơ, I, II và III Giăng, và Giu-đe. Riêng thư Hê-bơ-rơ không có lời chào thăm của sứ đồ, mặc dầu Phao-lô (13:22-25) nhắc đến Ti-mô-thê và lời chào kết thúc đã gây xôn xao ở giữa những nhà thần học thời trung cổ cho rằng sách nầy do Phao-lô viết. Sau cuộc cải cách hầu hết các học giả Kinh Thánh ra quyết định đồng nhất sách nầy không biết ai là tác giả.

HÊ-BƠ-RƠ
JESUS, THẦY CẢ THƯỢNG PHẨM

Sách Hê-bơ-rơ là một tác phẩm lớn thuộc thể văn học, chứng minh được Đấng làm ứng nghiệm sự dạy dỗ, bày tỏ lời tiên tri, và những đòi hỏi ở Cựu Ước. Tất cả những đại lễ trọng thể như của lễ hy sinh mà thầy tế lễ dâng ngay cả chức thầy tế lễ của người Do-thái là những "hình ảnh" điều chỉ về Đấng Christ. Ngài đã làm ứng nghiệm.

Những bằng cớ nầy được viết bởi một nhu cầu thuộc linh lớn, Cơ đốc giáo Do-thái ngụ ý rằng vì thư mất đi cái nhìn về Con của Đức Chúa Trời, Đấng đủ thẩm quyền Cứu chuộc và đem họ trở lại gần với đời sống cũ. "Nhìn xem Chúa Jesus!" (3:1) là vấn đề cấp bách từ những trang thư này.

Một sách tuyệt tác thường được gọi là "năm sách Phúc Âm" bởi vì sách chứng minh về công việc của Chúa Jesus đã làm trên đất và hiện tại trên thiên đàng.[84] Như Giê-hô-va Đức Chúa Trời đã dẫn dân Y-sơ-ra-ên ra khỏi Ê-díp-tô đến Ca-na-an qua tất cả những nguy hiểm và khó khăn. Ngày nay Christ cũng đang giúp con cái Ngài bước vào vùng đất thánh thuộc linh đầy sức sống và ban cho sự nếm trải về vinh quang của nước trời sẽ đến trong tương lai.

Có thể thư được viết vào thời điểm con cái Chúa bị bắt bớ khi thế giới bắt đầu căng thẳng. Cơ đốc Do-thái đã bị cám dỗ nhiều mặt để quay trở lại hệ thống tôn giáo của người Do-thái bởi vì nó tự do và an toàn trong niềm tin. Hê-bơ-rơ gọi là sách để ghi nhớ và khơi lại những tính đặc thù của Cơ đốc giáo.

TÁC GIẢ VÀ NIÊN ĐẠI
Hê-bơ-rơ không có đề cập đến hay không dễ dàng cho biết rõ ai là tác giả. Là sách duy nhất trong Tân Ước không biết ai viết. Phao-lô, Ba-na-ba, A-phô-lô, và người cộng sự nào khác với Phao-lô, tất cả xưa nay đều chỉ đoán có thể là tác giả của sách mà thôi.

ƯU TIÊN CHO NGƯỜI ĐỌC
Bức thư được gởi cho người Do-thái tin Chúa Jesus Christ[85] sống vài nơi trong vương quốc La-mã hầu hết họ định cư trong những thành phố lớn như Ê-phê-sô, Rô-ma, hay Giê-ru-sa-lem. Cho tới nay chúng ta không có đủ bằng chứng để biết nơi sống rõ ràng khi lá thư được gởi đi.

MỤC ĐÍCH
Rất nhiều lời cảnh cáo mạnh mẽ cho người đọc đầu tiên lúc đó là họ đang có nhu cầu lớn về tâm linh, đã xây bỏ Đấng Christ là trọng tâm của đức tin mà trở lại niềm tin Do-thái giáo. Tác giả cố gắng làm cháy lại những viên than hồng đang bị dập tắt qua sự dạy

---

[84] 2:9 và 4:14.
[85] Sách bao gồm ít nhất ba mươi trưng dẫn từ Kinh Cựu Ước, tất cả đều được biết từ Ngũ Kinh, theo bản Hy lạp của Cựu Ước. Có nhiều trưng dẫn đến lịch sử Do thái (Môi-se, Giô-suê, v.v.), hệ thống đại lễ và hình thức mục vụ (thầy tế lễ, của lễ hy sinh, lều tạm, v...v…), cũng để lại một nghi ngờ nhỏ là khán giả bao gồm hầu như không phải người Giu-đa giáo mà là Cơ đốc giáo.

dỗ đầy lời cảnh cáo và khích lệ - tất cả đều tập trung vào Chúa Jesus Christ. Ngay cả những câu đầu tiên bày tỏ để chúng ta hiểu ý định của tác giả là trình bày một đề tài: "Ngài đã phán với chúng ta qua Con của Ngài" (1:2).

ĐỀ TÀI
Chúng ta có một thầy tế lễ Thượng Phẩm lớn là Chúa Jesus Christ!

CÂU GỐC
"Ấy vậy, vì chúng ta có thầy tế lễ thượng phẩm lớn đã trải qua các từng trời, tức là Đức Chúa Jesus, Con Đức Chúa Trời, thì hãy bền giữ đạo chúng ta đã nhận tin" (4:14).

 CÁCH ĐỌC

Chúng ta có thể "cảm nhận" được từ đầu về chiều dài của sách qua cách đọc chủ đề của từng đoạn đến hết sách một hoặc hai câu ngắn của thư rất bén nhọn rõ ràng. Sách kết thúc viết rất giống cách của sứ đồ Phao-lô ngay khi nói đến Ti-mô-thê![86] Người học trò ông yêu mến, lời chúc phước cuối thư, vì không có viết lời chào thăm như cách ông thường viết các thư tín khác nên cũng có lời bình luận đây không phải là thư tín của Phao-lô.

Những lời mở đầu là bản tóm tắt tuyệt tác về đề tài của sách.[87]
"Đức Chúa Trời phán" Khải Huyền
"Qua Con Ngài" Chúa Jesus mang thân thể con người
"[Ai] đã ngồi" Công việc của Đấng Christ hoàn tất.

DÀN BÀI

Đức Chúa Jesus là Đấng Cao Trọng	1:1-7:28
Công việc Cao Trọng của Chúa Jesus	8:1-10:18
Đời sống Cao Trọng của Đấng Christ	10:19-13:25

BỐ CỤC
Thư tín Hê-bơ-rơ trước nhất được sắp xếp vào loại sách dạy dỗ (1:1-10:10) để áp dụng sau khi học (10:19-13:25). Theo thứ tự sự sung mãn hay đời sống sung mãn chỉ có thể dành cho người Cơ đốc vì Chúa Jesus Đấng Cao Trọng sống trong con người tin Chúa. Kết quả của sự sống trong Đấng Christ là được sự giúp đỡ lớn lao để sống đời sống tin kính.

Người tin Chúa có gì? (1-7). Tài liệu trong những chương nầy bao gồm nhiều chi tiết dành cho những người thuộc về Chúa Jesus.

---

[86] 13:17-23.
[87] 1:2-3.

Thầy Cả Thượng Phẩm của chúng ta (8:1-10:18). Phần giữa nầy bắt đầu sự xác nhận, "Chúng ta có Thầy Cả Thượng Phẩm," và tại đây tác giả cắt nghĩa công việc của Thầy Tế Lễ Thượng Phẩm Cao Trọng nầy. Không ai giống như Chúa Jesus. Không ai thay thế, không có vật hy sinh nào, không có thầy tế lễ so sánh với Đấng Christ. Sau khi đặt cái nền thể phủ nhận đầy đủ và cao trọng của Đấng Christ đến phần cuối của sách.

Đời sống sung mãn trong Christ (10:19-13:25). Bắt đầu với sự cảnh cáo, "cho nên ...", tác giả đưa cho người đọc vào phần thực tập dạy dỗ để sống như kết quả điều họ biết hiện nay.

HÊ-BƠ-RƠ, QUAN TÂM ĐẾN JESUS, THẦY CẢ THƯỢNG PHẨM.

SỰ DẠY DỖ		ÁP DỤNG
NGƯỜI CAO TRỌNG	MỤC VỤ CAO TRỌNG	ĐỜI SỐNG SUNG MÃN
"Chúng Ta Được Gì"	"chúng ta có" Thầy Tế Lễ THƯỢNG PHẨM	"Có ... cho nên ... hãy để chúng ta"
1:1	8:1	10:19 13:25

SỨ ĐIỆP QUAN TRỌNG

Thư Hê-bơ-rơ đưa ra rõ ràng năm lời "cảnh cáo." Hãy xem xét, chú ý đặc biệt về điều đặt trước. Viết xuống tại sao những cảnh cáo nầy cần thiết ở thế kỷ thứ nhất và tại sao nó vẫn quan trọng cho chúng ta đến ngày nay.

Những cảnh cáo trong sách Hê-bơ-rơ

2:1-4 "Chúng ta cần cẩn thận hơn"

Lời Cảnh Cáo Thứ Nhất: Đừng xao lãng sự cứu rỗi,
Vì con nầy, Chúa Jesus, thì lớn hơn các đấng tiên tri và các thiên sứ, có nhiều người đã nghe và chấp nhận sứ điệp và có sự phán xét lớn cho những ai không tin.

3:7-4:13 "Chúng ta hãy gắng sức vào sự yên nghỉ đó"

Lời Cảnh Cáo Thứ Hai: Chớ cứng lòng

Có sự so sánh giữa Chúa Jesus và Môi-se, tác giả so sánh những người theo Môi-se với những người theo Chúa Jesus. Tác giả cắt nghĩa những người theo Môi-se trong đồng vắng có lòng chẳng tin và phạm tội chống lại Đức Chúa Trời.

5:11-6:20   "Thế thì họ đã ra khỏi Đấng Christ"

Lời Cảnh cáo Thứ Ba: Đừng bỏ đức tin

Bước theo Đấng Christ

Tác giả của sách Hê-bơ-rơ diễn tả sự quan tâm về độc giả của ông, quở trách họ vì họ cứ ở trong đời sống con trẻ và mối nguy hiểm khi rời bỏ đức tin. Nhưng ông làm sáng lên lời cảnh cáo nầy để khích lệ, thuyết phục họ bước đến đời sống trưởng thành hơn, họ sẽ hưởng được lời hứa của Đức Chúa Trời vì Chúa không hề nói dối, và họ sẽ bước vào nơi chí thánh mà Chúa Jesus, thầy tế lễ cả Thượng Phẩm, đã bước vào đó trước họ.

10:26-31 "Không còn dâng của lễ cho tội lỗi"

Lời Cảnh cáo Thứ Tư: Không (shrink black) bỏ qua sự ăn năn

Chúa Jesus đã thay đổi hệ thống dâng tế lễ, không có sự tế lễ nào khác dành cho những người từ chối Ngài. Cho nên, tác giả cảnh cáo khuyên phải có sự kiên trì, luôn xưng nhận tội và ăn năn vì họ đã không xưng nhận tội lỗi của mình có ba điều xảy ra:
1. Dày xéo con của Đức Chúa Trời;
2. Xem thường huyết của sự giao ước; và
3. Làm hổ thẹn ân điển của Chúa (Spirit of grace)
        12:25-29 "Không từ chối, để lắng nghe khi Chúa phán."

Lời Cảnh Cáo Thứ Năm: Đừng từ chối lời của Đức Chúa Trời

Lần cảnh cáo thứ năm của sách nầy, tác giả tạm ngưng cảnh cáo độc giả của ông "Anh em hãy giữ, chớ từ chối Đấng phán cùng mình, vì nếu những kẻ kia cự Đấng truyền lời báo cáo ở dưới đất, còn không tránh khỏi thay, huống chi chúng ta, nếu cự Đấng truyền lời cảnh cáo từ trên trời, thì càng không tránh khỏi được" (12:25).

Một nghiên cứu hiệu quả khác cho bạn trong chương mười một. Được gọi là chương "Anh Hùng Đức Tin." Đọc cẩn thận, viết xuống điều dạy dỗ nào và đặc điểm đức tin và điều gì không bởi đức tin. Cũng như, ghi lại điều gì mong chờ ở đời sống nói chung, nếu chúng ta ước mong để trở nên người nam hay nữ việc làm có đức tin.

Những chữ chìa khóa
Tốt hơn, thầy cả Thượng Phẩm, toàn hảo, đời đời.

GIA-CƠ
Đức tin và công việc

Theo nghiên cứu của các nhà thần học kết luận có thể Gia-cơ là sách đầu tiên được viết trong Kinh Tân Ước. Sách bao gồm sứ điệp của Đức Chúa Jesus mà tác giả muốn người nghe ngay sau khi Chúa Jesus thăng thiên về với Cha Ngài. Thư Gia-cơ có nói đến hai đề tài liên quan với nhau:

Godly   Con đường dẫn đến với Đức Chúa Trời và,

Wisdom   Cách đi với Chúa.

Không ai có thể hay sống mỗi ngày với Chúa mà không trước hết trở lại cùng Ngài. Tân Ước nói rất nhiều cách để trở lại cùng Chúa bởi ân điển của Đức Chúa Trời qua đức tin trong Chúa Jesus Christ. Gia-cơ nói với người đọc về cách họ bước đi theo Ngài để được cứu nhưng đức tin phải bày tỏ qua công việc. Đức tin không bày tỏ được đức tin là "vô dụng" như Gia-cơ đã nói là đức tin "chết."

Ông viết thư có thẩm quyền kèm theo. Thư rất bén và xoáy vào lẽ thật. Những lời nói mạnh mẽ của ông pha lẫn, lời cảnh cáo và tình yêu vì ông biết người đọc đang đối diện với thời điểm khó khăn cùng sự bắt bớ để bằng lòng chịu khổ vì đức tin của chính mình.

TÁC GIẢ VÀ NIÊN ĐẠI
Tác giả gọi chính ông là Gia-cơ. Chúng ta có thể suy ra từ lời Kinh Thánh Gia-cơ nầy là em của Chúa Jesus. Ông đã tin Chúa sau khi Chúa Jesus chết.[88] Thư nầy không đề cập đến người ngoại nên tác giả dùng chữ "đền thờ" cho sự "nhóm lại,"[89] ông viết vào khoảng năm 45-50 A.D.

ƯU TIÊN CHO NGƯỜI ĐỌC
Gia-cơ viết cho người Do-thái Cơ đốc "rải rác khắp nơi" đang chịu khổ vì đức tin của họ trong Chúa Jesus Christ. Sách được viết rất sớm cho lịch sử của Hội Thánh có thể người đọc đầu tiên là những người ở Giê-ru-sa-lem đang bị tan lạc sau cái chết của Ê-tiên. Gia-cơ đã viết cho người Cơ đốc Do-thái đã ở rải rác khắp nơi lúc nầy.

Chúng ta cũng có thể phân tích từ lá thư Gia-cơ viết cho những vấn đề tương tự như Phao-lô viết trong sách Ga-la-ti mối quan hệ giữa việc làm của luật pháp chưa thể làm trọn ở đời sống đức tin. Sự khác biệt lớn là độc giả của Phao-lô tìm cách để được xưng công bình bởi việc lành, còn độc giả của Gia-cơ thì cảm nhận được tự do để làm việc lành bởi vì họ đã được xưng công bình. Biết sự khác biệt như thế là yếu tố để hiểu sự mâu thuẫn

---

[88] 2:20, 26.
[89] 2:2.

127

giữa hai sách Tân Ước nầy. Họ nói sự khác nhau mà trọng tâm xoay quanh cùng một vấn đề. Gia-cơ có cách viết ngắn gọn mạnh mẽ trong thư tín của ông.

Sự cứu rỗi ở trong Đấng Christ

Gia-cơ đã bày tỏ chính ông được cứu qua từng câu trong thư tín (câu chính xác về một nguyên tắc cũng là định nghĩa của câu).

"Ấy là một người phân tâm, phàm làm việc gì đều không định" (1:8).
"Vì cơn giận của người ta không làm nên sự công bình của Đức Chúa Trời" (1:20).
"Anh em há chẳng biết làm bạn với thế gian là thù nghịch với Đức Chúa Trời sao" (4:4).
"Hãy chống trả ma quỉ, thì nó sẽ lánh xa anh em" (4:7).
"Người công bình lấy lòng sốt sắng cầu nguyện, thật có linh nghiệm nhiều" (5:16).
Gia-cơ cũng dùng tranh ảnh, chữ để minh họa hay lúc cười trong ngôn ngữ của chính mình như:
"Vì kẻ hay nghi ngờ giống như sóng biển, bị gió động và đưa đi đây đi đó" (1:6).
"Chúng ta tra hàm thiếc vào miệng ngựa, cho nó chịu phục mình, nên mới sai khiến cả và mình nó được" (3:3).
"Hãy xem những chiếc tàu, dầu cho lớn mấy mặc lòng, và bị gió mạnh đưa đi thay kệ, một bánh lái rất nhỏ cũng đủ cạy bát nó" (3:5).
"Song ngày mai sẽ ra thể nào, anh em chẳng biết! Vì, sự sống của anh em là chi? Chẳng qua như hơi nước, hiện ra một lát rồi lại tan ngay" (4:14).

MỤC ĐÍCH
Sách chứa đựng nhiều đề tài, Gia-cơ viết nhiều lý do bao gồm cho:
Khích lệ người Cơ đốc đối diện với sự bắt bớ
Sửa lại sự dạy sai trật tín lý, đức tin phải có việc làm
Hướng dẫn đúng đắn về thái độ của người Cơ đốc.

ĐỀ TÀI
Đức tin thật sanh ra việc lành,

CÂU GỐC
"Và, xác chẳng có hồn thì chết, đức tin không có việc làm cũng chết như vậy" (2:26).

CÁCH ĐỌC

Lời chào thăm ngắn và không có bất cứ lời kết thúc nào cho chúng ta biết Gia-cơ muốn có "công việc cầm trong tay" thư nầy là sự thích hợp ở tư tưởng của người Do-thái hết sức thực tiễn và chân thật.

ẨN DỤ VỀ SỰ DẠY DỖ CỦA CHÚA JESUS TRONG GIA-CƠ

DẠY DỖ	GIA-CƠ	PHÚC ÂM
Vui mừng trong thử thách	1:2	Ma-thi-ơ 5:11-12; Lu-ca 6:23
Lời gọi trở nên trọn vẹn	1:4	Ma-thi-ơ 5:48
Cầu xin và nhận lãnh	1;5, 17; 4:2-3	Ma-thi-ơ 7:7-11; Lu-ca 9:9-13
Trung tín và sự cứu rỗi	1:12	Ma-thi-ơ 10:22; 24:23
Sự giận và làm lành	1:20	Ma-thi-ơ 5:23
Làm theo lời Chúa	1:22-2	Ma-thi-ơ 7:24, 26
Kẻ nghèo hưởng nước Đức Chúa Trời	2:5	Ma-thi-ơ 5:3, 5; Lu-ca 6:20
Sự tự do/yêu người lân cận	2:10-12	Ma-thi-ơ 22:36-40; Lu-ca 10:25-28
Không thương xót bị đoán phạt	2:13	Ma-thi-ơ 7:1
Chăm sóc kẻ nghèo	2:14-16	Ma-thi-ơ 25:34-35
Kết quả của việc làm điều thiện	3:12	Ma-thi-ơ 7:15-18; Lu-ca 6:43-44
Cảnh cáo về sự chia rẽ	4:4	Ma-thi-ơ 6:24; 16:13
Lòng trong sạch	4:8	Ma-thi-ơ 5:8
Khiêm nhường và tôn trọng	4:10	Ma-thi-ơ 23:12; Lu-ca 14:11, 18:14
Nguy hiểm về sự giàu có	5:1-3	Ma-thi-ơ 6:18-21; Lu-ca 12:33-34
Gương của tiên tri	5:10	Ma-thi-ơ 5;11-12; Lu-ca 6:23
Cấm thề thốt	5:12	Ma-thi-ơ 5:33-37
Phục hồi tội nhân	5:19-20	Ma-thi-ơ 18:15

DÀN BÀI

Chào thăm	1:1
Đức tin trong thử thách	1:2-18
Đức tin kèm theo việc làm	1:19-4:12

Đức tin và việc làm: So sánh giữ Gia-cơ và Phao-lô

Sự dạy dỗ	Gia-cơ	Phao-lô
Đức tin cần cho sự cứu rỗi	2:18	Ê-phê-sô 2:8-9
Đức tin không có việc làm là đức tin chết	2:17, 24	I Cô-rinh-tô 15:2
Đức tin cứu rỗi phải bày tỏ qua hành động	2:24	Rô-ma 3:31; Ê-phê-sô 2:8-9

Đức tin không có việc làm   4:13-5:12
Đức tin trong sự thông công   5:13-20

BỐ CỤC

Vì sách viết rất khó để thấy rõ ràng những điều mà Gia-cơ thảo luận từ phân đoạn này đến phân đoạn kia, dàn bài ở trên dùng trong đề tài: *Đức tin*. Dưới đây là cách thứ hai để xem lại cách tập trung vào công việc. Rõ ràng sách nầy cho biết về sự hiệp lại của đức tin và công việc thì rất cần thiết cho đời sống của người tin chân chính khi đọc mỗi phân đoạn nên chú ý để nhận thấy mối liên kết cho những đề tài lại với nhau.

Mở đầu (1:1). Tác giả giới thiệu chính ông là "Gia-cơ, tôi tớ của Đức Chúa Trời và của Đức Chúa Jesus Christ." Câu mở đầu cho biết tác giả là người được nhiều người biết đến. Nếu ông là em cùng mẹ khác cha của Chúa Jesus, nhận thức là tôi tớ của Đức Chúa Jesus và Đức Chúa Trời, là một người rất khiêm nhường. Thư gởi cho mười hai chi phái Y-sơ-ra-ên sống rải rác khắp nơi trong lúc bị sự bắt bớ của vua Hê-rốt A-gríp-ba thứ nhất trong năm 43 A.D., (Công-vụ 12:1-4).

Động lực để làm việc (1:2-18). Sự sẵn sàng của chúng ta trong những thử thách trăm bề là bằng chứng chịu đựng xác thực của đức tin.

SỰ SUY NGHĨ

Tìm kiếm ý chỉ của Chúa

Bạn có trốn tránh sự kêu gọi của Chúa trong đời sống không? Bạn thật sự muốn biết và làm theo ý chỉ của Chúa chưa? Đọc lời Chúa sống trong sự hướng dẫn tìm sự tin kính. Nhưng trên hết mọi lời cầu xin, Ngài ban cho sự khôn ngoan, Chúa sẽ không bao giờ dẫn bạn làm trái ngược với lời Ngài nhưng Chúa Thánh Linh sẽ nâng đỡ bạn để làm đúng mọi việc theo ý Ngài!

Tầm quan trọng của việc làm (1:19-4:12). Gia-cơ chỉ cho người đọc thấy ngay cả "cha" của họ Áp-ra-ham có bằng chứng đức tin qua việc làm, xác định lời nói và việc làm đi đôi với nhau như hai mục tiêu đẹp nhất cho việc "làm lành."

Xét đoán việc làm (4:13-5:12). Gia-cơ khiêm tốn nói với người đọc hãy cẩn thận làm thế nào để hoạch định cho đời sống và đối xử với người nghèo ở giữa họ.

Công việc mục vụ (5:13-20). Sự cầu nguyện là điểm nổi bật như một giá trị và kết quả của "việc làm."

Gia-cơ được diễn tả như "đầu gối của con lạc đà" cho đời sống cầu nguyện của ông

130

GIA-CƠ, ĐỨC TIN VÀ VIỆC LÀM

SALUTATION 1:1	ĐỨC TIN TRONG THỬ THÁCH	ĐỨC TIN BỞI VIỆC LÀM	ĐỨC TIN VÀ TƯƠNG LAI	ĐỨC TIN VÀ SỰ THÔNG CÔNG	
	Động lực để làm	Nơi làm việc	Xét đoán công việc	Trội hơn công việc	
	1:2	1:10	4:13	5:12	5:20

SỨ ĐIỆP QUAN TRỌNG

Có vài sứ điệp quan trọng trong sách Gia-cơ chúng ta nên học. Khi bạn đọc, suy nghĩ cẩn thận về điều ông làm, tại sao? Áp dụng những sự điệp này.

Đức tin bị thử thách	1:1-18
Đức tin thật được cứu	2:14-20
Cái lưỡi phải được cai trị	3:1-12
Sống bình an với mọi người	3:12-4:12

ỨNG DỤNG

Gia-cơ viết thư gởi cho hết mọi người tin Chúa

Những chữ chìa khóa
Đức tin, việc làm, xét đoán.

I PHI-E-RƠ
Nhịn nhục

Sự khó khăn, đời sống thánh khiết, Chúa Jesus sẽ trở lại trong năm 64 A.D. Hoàng đế Nê-rơ quyết định tiêu diệt Cơ đốc giáo. Tin về những người bị giết trong thành phố Rô-ma được truyền ra nhanh chóng, ngọn lửa của sự đau khổ và tử đạo châm ngòi ở những vùng chung quanh và

Đồng tiền Rô-ma, hình hoàng đế Nê-rơ

truyền sang khắp mọi nơi trong Tiểu Châu Á. Nhiều người tin Chúa đã bỏ thành phố Giê-ru-sa-lem ra đi, thời điểm cao nhất của sự bắt bớ xảy ra.[90] Bây giờ, họ đang gặp sự khó khăn nơi xứ lạ, đặc biệt từ những người ngoại đang sống chung quanh.[91]

Sự việc ngày càng trở nên tệ hại hơn nên sứ đồ Phi-e-rơ viết bức thư nầy để nói cho những người tin Chúa hiểu rằng họ phải chịu khổ, bị bắt bớ. Dù tình hình có căng thẳng đến đâu họ phải đứng vững, kiên trì trong danh của Chúa Jesus và sức mạnh của Ngài. Ông tìm cách thay đổi sự sợ hãi khiến họ lui đi lúc khó khăn hiện tại để tìm kiếm sự vinh hiển hầu đến, ý tưởng về sự lao khổ và hy vọng của ông thể hiện trong từng chữ. Khi sứ đồ Giăng viết sách Khải-huyền, sự bắt bớ mạnh xảy ra cho người tin Chúa ở Tiểu Á trong suốt ba mươi năm sau đó.

I Phi-e-rơ là một trong những sách có giá trị cao về văn học - thần học ở Tân Ước. Martin Luther chấp nhận sách I Phi-e-rơ kèm theo những sách Phúc Âm Giăng và thư tín của Phao-lô) như "phần chủ yếu thật và cốt lõi cho tất cả sách trong Tân Ước. Vì trong sách bạn … miêu tả một cách sinh động thế nào đức tin bạn có trong Đấng Christ thắng hơn tội lỗi, sự chết, địa ngục và cuối cùng được ban cho sự sống, công bình, và sự cứu rỗi."[92] Suy nghĩ nầy đã thay đổi những nhà bình luận ở thế kỷ mười chín, thế kỷ hai mươi khi nhìn vào nhà thần học Phao-lô. Cảm ơn công việc của J.H. Elliott, I Phi-e-rơ đã được chấp nhận là một sách thần học cho Cơ đốc nhân hiện nay.

---

[90] 1:6-7.

[91] 2:11-12.

[92] M. Luther, *Prefaces to the New Testatment* 1522, cited by J.H. Elliott, "Peter, First Epistle of" ABD 5:270.

TÁC GIẢ VÀ NIÊN ĐẠI

Sứ đồ Phi-e-rơ, một trong mười hai môn đệ đầu tiên của Chúa Jesus kêu gọi. Người lãnh đạo được kính trọng này của Hội Thánh trong Giê-ru-sa-lem là tác giả

Sứ đồ Phi-e-rơ

của lá thư.[93] Phi-e-rơ bị tử đạo dưới sự bắt bớ của hoàng đế Nero vào năm 68 A.D. Cũng dường như nhắc đến những "bức thư trong tù" (Prison Epistles) của Phao-lô ở thư thứ hai của ông,[94] được viết vào khoảng năm 64 A.D.

ƯU TIÊN CHO NGƯỜI ĐỌC

Sứ đồ Phi-e-rơ trong lời mở đầu của thư, ông viết để gởi cho những người tin Chúa sống ở miền Tiểu Châu Á. Đặc biệt nhắc đến một vài nơi tại đó. Có nhiều trưng dẫn trong Cựu Ước như chỉ dành riêng cho người Do thái. Phi-e-rơ cũng đề cập đến sự thờ hình tượng là tội mà người Do-thái chưa bao giờ phạm sau khi bị bắt làm phu tù qua Ba-by-lôn trong thế kỷ thứ sáu B.C. Điều nầy cũng cho biết ông viết cho người ngoại đọc nữa. Người Do-thái trước, sau đó người ngoại, nhiều độc giả là dân Giu-đa đã bỏ xứ vì bị bắt bớ đức tin khi họ tin nhận Chúa Jesus.[95]

MỤC ĐÍCH

Người đọc nhìn biết trong thư Phi-e-rơ nói đến sự bắt bớ và đau khổ của con cái Chúa. Phi-e-rơ nhắc họ rằng hy vọng thật là trong đời sống hầu đến. Cũng khích lệ để cứ bền đỗ trong khó khăn và sống một đời sống tin kính lúc này, chờ ngày Đấng Christ trở lại.

ĐỀ TÀI

Con cái Chúa phải chú tâm bước đi mỗi ngày, có đời sống thánh khiết trong một thế giới không tin kính, nhắc nhở nhau phải làm mạnh mẽ hơn trong đức tin vì hy vọng Chúa Jesus sẽ trở lại (tái lâm).

---

[93] 1:1 và 5:1.
[94] 2 Phi-e-rơ 3:15.
[95] Công-vụ 8:2-4.

CÂU GỐC

"Sự cuối cùng của muôn vật đã gần, vậy hãy khôn ngoan tỉnh thức mà cầu nguyện. Nhất là trong vòng anh em phải có lòng yêu thương sốt sắng; vì sự yêu thương che đậy vô số tội lỗi" (4:7-8).

 CÁCH ĐỌC

Thư Phi-e-rơ bắt đầu với sự oai nghiêm. Giữa lời chào thăm (1:1) và chúc phước (1:2) là ba câu nổi bật về công việc của Ba Ngôi Đức Chúa Trời trong sự cứu rỗi dành cho Cơ đốc nhân. Suy nghĩ về những câu đầy nước mắt mà ông đã viết sẽ khích lệ chúng ta thường xuyên bởi những khúc Kinh Thánh nầy.

Câu cuối của bức thư là những lời ấm áp và đầy ý chí: "… viết thư nầy đặng khuyên anh em, và làm chứng với anh em rằng ấy là ơn thật của Đức Chúa Trời, anh em phải đứng vững trong đó" (5:12).

DÀN BÀI

Giới thiệu	1:1-2
Thời kỳ khó khăn và sự cứu rỗi	1:3-12
Đời sống nên thánh	1:13-25
Người được Chúa chọn	2:1-10
Đời sống vâng phục	2:11-3:12
Thời kỳ khó khăn và vinh hiển	3:13-5:11
Kết thúc	5:12-14

BỐ CỤC

Phi-e-rơ cho người đọc biết về "sự chọn lựa của Chúa" trong câu mở đầu chúng ta thấy một dòng tư tưởng đầy đủ về chủ đề bức thư: *Người được Chúa chọn*. Khẳng định nầy nhắc lại trong 2:9-10, đã trở nên đề tài tuyệt tác "xoay quanh" bức thư. Ông viết trước và sau đó làm cho chúng ta rất ngạc nhiên trong cả hai phần tìm thấy:

Bản tánh của người tin Chúa (1:1-12). Phi-e-rơ làm sáng tỏ người tin thật phải khác biệt với thế gian vì họ "được tái sanh để có sự trông cậy sống" (1:3). Sự sanh lại bảo đảm cho người tin "hưởng được sự không hư nát … để dành trên các từng trời" (1:4), và "nhờ quyền phép của Đức Chúa Trời giữ cho" (1:5). Cho nên ngay cả người tin bị đau khổ là cách để rèn luyện "ngợi khen, vinh hiển và tôn trọng sự khải thị của Đức Chúa Jesus Christ" (1:7).

Họ sống như thế nào (1:13-25 và 2:11-3:12). Phi-e-rơ gợi ý cho cả hai đề tài giống nhau trong (2:9) "xoay quanh." Phi-e-rơ thách thức người đọc chịu phục tùng "mọi luật lệ của con người" im lặng giữa những lời phê bình vô cớ của người không tin (2:13-14). Để làm việc thiện cho mọi người, người tin và người không tin làm việc giống nhau, chúng ta dâng vinh hiển Chúa trong thế gian hư mất. Vì vậy, chúng ta bày tỏ ân điển của Chúa và Giám mục cho linh hồn mình (2:18-24), người chồng hay người vợ không tin (3:1-7), để lời cầu nguyện của chúng ta sẽ được trả lời. Những lời dạy dỗ thực tế giúp người tin dễ hiểu người lãnh đạo. Người tin thấy chính mình "là tôi mọi của Đức Chúa Trời" (2:16) và quả thật được tự do khỏi quyền lực của thế gian.

NHỮNG TẢNG ĐÁ CHỨNG NHẬN TRONG I PHI-E-RƠ 2:6-8

1 Phi-e-rơ	Kinh Thánh Cựu Ước	Tảng đá chứng nhận	Kinh Thánh Tân Ước
2:6	Ê-sai 28:16	Chúa Jesus đá góc nhà	Rô-ma 9:33; Ê-phê-sô 2:20
2:7	Thi-Thiên 118:22	Chúa Jesus đá góc nhà	Ma-thi-ơ 21:42; Công Vụ 4:11
2:8	Ê-sai 8:14	Chúa Jesus hòn đá ngăn trở	Rô-ma 9:33

Bên trong (1:3-12 và 3:13-5:11). Có hai điều nên làm:
1. Sống để nhìn vào sự khó khăn. Phi-e-rơ kết thúc bức thư với sự thúc giục các trưởng lão "chăn bầy của Đức Chúa Trời"

Bầy Chiên Y-sơ-ra-ên

2. Sống để "làm gương tốt cho bầy chiên" vì Đấng Christ, làm đầu các kẻ chăn chiên sẽ hiện đến để ban thưởng cho người đầy tớ trung tín (5:2-4). Ông nhắc nhở Mục sư phải khiêm nhường (5:6) và chống lại ma quỉ là kẻ đang rình mò chung quanh "giống như sư tử rống" (5:8). Phi-e-rơ kết thúc với lời chúc phước "nguyền xin sự bình an ở cùng hết thảy anh em trong Đấng Christ" (5:14).

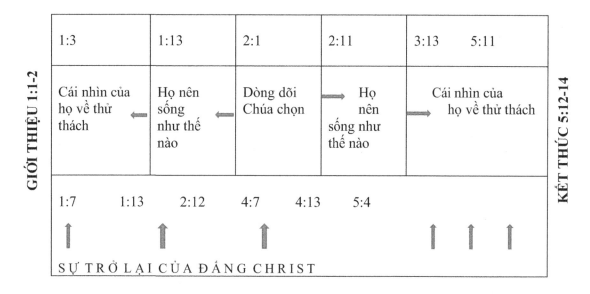

SỨ ĐIỆP QUAN TRỌNG

Chủ đề của sách Phi-e-rơ là đau khổ và hy vọng mối liên quan đáng chú ý để chúng ta học hỏi, có hai đề tài:

Sống nên thánh – Không chỉ đọc những câu viết về sự nên thánh, nhưng tốt hơn là phải suy gẫm và hỏi chính bạn tại sao sự nên thánh rất quan trọng cho Cơ đốc nhân, đặc biệt là con cái Chúa đang gặp khó khăn.

Chúa trở lại – Có sáu trưng dẫn trong sách nầy chứng minh ý về sự trở lại của Chúa Jesus. Tìm mỗi trưng dẫn và suy gẫm về ý nghĩa quan trọng của nó, nhất là đối với những người đang sống trong sự đau khổ.

Những chữ chìa khóa

Đau khổ, nên thánh, hy vọng, vinh hiển.

137

II PHI-E-RƠ
Sự dạy dỗ thật và không thật

Khoảng ba năm sau thư thứ nhất, Phi-e-rơ viết bức thư thứ nhì gởi cho con cái Chúa sống tại miền Tiểu Châu Á. Không giống như bức thư đầu ông viết, họ nên chống trả lại sự đau khổ từ bên ngoài mà thư thứ hai quan tâm đến nguy hiểm xảy ra ở bên trong đền thờ. Do đó, nội dung có khác hơn.

Thay vì đối diện với thử thách của những người đang chống lại Cơ đốc giáo, Hội Thánh ở Tiểu Châu Á, xảy ra là những sự tấn công mãnh liệt của những người dường như "thân thiện" cùng đức tin họ. Giáo sư giả xâm nhập trong Hội Thánh và nhiều người xây bỏ sự thánh khiết của đức tin thật mà họ đã có từ lúc ban đầu, Phi-e-rơ muốn cung cấp cho

người đọc cách đối xử với những người đã từ chối Chúa và lẽ thật của Ngài. II Phi-e-rơ nhắc nhở rõ ràng đức tin Cơ đốc lúc nào cũng phải bắt đầu từ thế hệ nầy đến một thế hệ tiếp nối biết và gìn giữ lẽ thật là điều quan trọng để tìm kiếm được sự sống đời đời.

TÁC GIẢ VÀ NIÊN ĐẠI
Tác giả giới thiệu chính ông qua những câu mở đầu như "Si-môn Phi-e-rơ, đầy tớ và sứ đồ của Đức Chúa Jesus Christ." Chúng ta có thể đoán khi đọc thư Phi-e-rơ ông đã gần kề cái chết,[96] thư viết vào khoảng năm 67 A.D., khi ông ở thành phố La mã.

ƯU TIÊN CHO NGƯỜI ĐỌC
Phi-e-rơ nói rõ trong bức thư ông viết gởi cho cùng một nhóm người đã nhận thư đầu tiên vài năm trước đó.[97] Có những gợi ý qua lời ông viết, "Đến với những người … đã nhận đức tin như chúng ta" có thể người đọc của ông bao gồm người "mới" lần đầu tiên đọc bức thư nầy.

MỤC ĐÍCH
Phi-e-rơ viết bức thư thứ hai với ba lý do, và tập trung vào mỗi chương:
1. Thúc đẩy con cái Chúa tăng trưởng trong Ngài - Chương 1
2. Nhận dạng giáo sư giả - Chương 2
3. *Trông đợi* sự trở lại của Đấng Christ - Chương 3

ĐỀ TÀI
Ai nói biết Chúa nên giữ chính mình để chống lại các giáo sư giả và sống một đời sống trông đợi sự trở lại của Đấng Christ.

---

[96] 1:14.
[97] 3:1.

CÂU GỐC

"Trước hết phải biết rằng, trong những ngày sau rốt, sẽ có mấy kẻ hay giễm chê, dùng lời giểu cợt, ở theo dục vọng riêng của mình" (3:3).

 CÁCH ĐỌC

Phi-e-rơ bắt đầu câu chào thăm ngắn và kết thúc lời cầu nguyện là sự ca ngợi làm nổi bật cho cách riêng biệt ở lá thư.[98]

DÀN BÀI

Lời chào thăm	1:1-2
Cố gắng để tăng trưởng	1:3-15
Đấng Quyền Năng của chúng ta sẽ trở lại	1:16-21
Diễn tả về giáo sư giả và giáo sư thật	2:1-22
Ngày phán xét đến gần	3:1-10
Trời mới và đất mới	3:11-16
Kết thúc	3:17-18

BỐ CỤC

Chương 2 là "trọng tâm" của bức thư để đối phó với giáo sư giả nên Phi-e-rơ lưu tâm về vấn đề này trong thư và lập đi lập lại nhiều câu văn trước và sau về sự giảng dạy lẽ thật. Phi-e-rơ "cố gắng" xoay quanh mỗi phần chánh của lẽ thật và giáo sư giả qua biểu đồ dưới đây minh họa cho chúng ta thấy sự sắp xếp này:

2 Phi-e-rơ: TIÊN TRI THẬT VÀ TIÊN TRI GIẢ

LỜI CHÀO THĂM 1:1-2	LỜI TIÊN TRI						KẾT THÚC 3:17-18
	"CỐ GẮNG"	THẬT	GIẢ	THẬT	"CỐ GẮNG"		
		Sự trở lại của Đấng Quyền Năng	Miêu tả và lời tiên tri của sự hư mất	Ngày của Chúa đến gần			
	1:3	1:16	2:1	3:1	3:11	3:18	

Lời chào thăm (1:1-2). Thư thứ nhì Phi-e-rơ mở đầu với một tiêu chuẩn được qui định tìm thấy trong những bức thư thế kỷ đầu tiên, bao gồm một "lời chúc bình an" về tâm linh. "Nguyền xin ân điển và bình an được gia thêm cho anh em bởi sự nhận biết Đức Chúa Trời và Đức Chúa Jesus, là Chúa chúng ta! (1:2). Có hai câu "ân điển" và "nhận biết" cũng bao gồm trong đoạn 3:18 của bức thư.

---

[98] 1:1-2 và 3:17-18.

Sự tấn tới của nền đạo đức Cơ Đốc (1:3-11). Phi-e-rơ đã viết "lời chúc bình an" vì Đấng Christ đã ban cho người tin mọi nhu cầu. Sự sống đời đời và lòng tin kính bởi nhận biết và qua sự lựa chọn người tin Ngài, gọi họ bởi sự vinh hiển Ngài là tốt lành, kêu gọi người tin tấn tới trong sự nhân đức là tham dự vào thần tánh của Chúa và vượt qua mọi ham muốn tội lỗi.

Nguyên bản của bức thư (1:12-15). Phi-e-rơ viết thư với mục đích (Phao-lô đã viết mục đích của bức thư) để nhắc người tin Chúa tầm quan trọng của lẽ thật tâm linh. Trong thư có một đoạn là sự đe dọa của giáo sư giả đã xảy ra vẫn còn tồn tại. Hiện nay ông sẽ lìa nhà tạm nầy tin chắc ông đã nhận được lẽ thật (1:12, 14). Câu 15 nói đến quyền lợi tương lai của thư dành cho những giáo sư thật.

Phần còn lại của nhà hội gần nhà Phi-e-rơ, Capernaum

Dạy dỗ thật (1:16-21). Phi-e-rơ đưa ra sứ điệp quan trọng mà tiên tri Cựu Ước nói về "quyền năng và sự trở lại của Chúa Jesus Christ," một "sự chiếu sáng, trong nơi tối tăm." Phi-e-rơ nhận biết Đức Thánh Linh là Đấng đã hà hơi trên những lời tiên tri này về Đấng Mê-si-a sẽ đến.

Tiên tri giả (2:1-22). Trong phần nầy, bao gồm bốn câu nói về giáo sư giả:
    1. Câu nói chung về tiên tri giả (2:1-3).
    2. Lời cảnh cáo, sự trừng phạt (2:4-10a).
    3. Miêu tả về người gian ác (2:10b -16).
    4. Kết cuộc của người ác (2:17-22).

Dạy dỗ lẽ thật (3:1-10). Đây là một sứ điệp mạnh mẽ của bức thư nầy, nhiều điểm được báo trước dấu hiệu sự trở lại của Đấng Christ. Sứ đồ Phi-e-rơ được biết trước ngày tận thế của thế gian trong bối cảnh kính sợ.

Lời tiên tri về ngày của Chúa

Là một người quyết đoán	Ê-sai 2:12
Ngày hung dữ và thạnh nộ	Ê-sai 3:19
Ngày của sự hủy diệt và quyền năng	Giô-ên 3:12-13
Mặt trời và mặt trăng trở nên tối tăm	Giô-ên 2:31
Nhiều dân tộc đến trong trũng đoán định	Giô-ên 3:14
Sẽ là ngày thạnh nộ	Xa-cha-ri 1:14-18
Mọi nước sẽ chống lại Giê-ru-sa-lem	Xa-cha-ri 14:1-4

SỨ ĐIỆP QUAN TRỌNG

Dưới đây có những phần mà Phi-e-rơ đưa ra rất "hấp dẫn" để bạn nghiên cứu khi đọc và suy gẫm. Hỏi chính bạn trong tài khéo léo của mình làm thế nào tìm và thắng hơn những sai trật để chuẩn bị cho riêng mình những gì Vua Jesus trở lại? Điều gì bạn tập trung vào khi chờ Chúa trở lại?

Biết Chúa   1:1-11.
Thật và giả trong sự dạy dỗ   1:12-3:10.
Cuối cùng của thế gian   3:7-10.
Sống trong ánh sáng sự về trở lại của Đấng Christ   3:11-16.

Những chữ chìa khóa
Biết, nhận biết.

I GIĂNG
Thông công với Chúa chúng ta trong danh Ngài

Sứ đồ Giăng viết ba bức thư ngắn cùng với Phúc Âm Giăng và sách Khải Huyền, tất cả là năm sách mà Giăng đã viết trong Kinh Thánh Tân Ước vào khoảng niên đại 85-100 A.D. Được chấp nhận trước nhứt là Phúc Âm Giăng và Khải Huyền là sách thứ năm.

Những câu hỏi như dấu hiệu nào bày tỏ cho một Cơ đốc chân chính? Sự thông công thật nào giữa vòng người tin Chúa? Gần cuối thế kỷ thứ nhất có nhiều giáo sư giả làm cho những "thực tế" căn bản của Phúc Âm bị che khuất. Tính chất chính thống được thành lập thực hành trước nhất. Chúa cho sứ đồ Giăng câu trả lời.

TÁC GIẢ VÀ NIÊN ĐẠI

Tác giả của thư nầy là Giăng, một người làm nghề đánh cá là "sứ đồ Chúa yêu."[99] Mặc dầu trong ba bức thư ngắn không có thư nào mang tên của sứ đồ Giăng, người đọc khi nhìn Phúc Âm Giăng cũng như truyền thống của Hội Thánh đầu tiên nhận biết Giăng là tác giả.

Giăng có thể cư ngụ trong vùng lân cận Ê-phê-sô nơi mà ông sống những năm cuối cuộc đời để giảng và dạy. Ông đã già, sứ đồ Giăng bị bắt lưu đày qua đảo Bát-mô trong vùng vịnh Tiểu Á.[100]

Là sứ đồ Chúa yêu ông quan tâm đến con cái Chúa được thấy trong bức thư thường nhắc "các con yêu dấu của ta" hay "anh em của ta." Giăng và anh là Gia-cơ được Chúa Jesus gọi là "con của sự sấm sét."[101] Ông rất nóng nảy khi khám phá ra những ảnh hưởng tà giáo đang phá hoại lẽ thật của Đức Chúa Trời. Bức thư ngắn này cho ta nếm trải sự mềm mại và cứng rắn của sứ đồ Giăng. Thư viết vào khoảng năm 85-90 A.D.

MỤC ĐÍCH

Cho người đọc thư như đang đối diện với một hạng người đặc biệt là giáo sư giả được biết như Gnosticism (thuyết ngộ đạo), xen vào dạy dỗ làm hư hoại hành vi của người Cơ đốc (đang chiếm dần dần vào "hiểu biết" là bằng cớ nhiều lần Giăng dùng chữ "biết" trong bức thư). Ông viết để làm mạnh mẽ thêm đức tin và qua sự thông công bởi lời cảnh cáo cho họ về giáo sư giả và công việc của thế gian mà họ đang làm trong vòng con cái Chúa.

---

[99] Giăng 20:20.
[100] Khải-huyền 1:9.
[101] Mác 3:17.

ĐỀ TÀI

Người được Cứu Chúa ban sự cứu rỗi cho họ trong Đấng Christ và kết quả là sự vui vẻ trong mối thông công với Chúa và với anh em trong đức tin.

CÂU GỐC

"Đức Chúa Trời là sự sáng, trong Ngài chẳng có sự tối tăm đâu" (1:5). Hỡi kẻ rất yêu dấu, chúng ta hãy yêu thương lẫn nhau …" (4:7). "Ta đã viết những điều nầy cho các con; hầu cho các con biết mình có sự sống đời đời" (5:13).

 CÁCH ĐỌC

Không có hình thức nào đặc biệt về lời chào thăm hay kết thúc, chữ "chúng ta" dùng ở câu đầu tiên có thể chỉ về tác giả nhiều hơn,

DÀN BÀI

Tham dự vào mối thông công	1:1-4
Sự sáng về mối thông công	1:5-2:29
Tình yêu trong mối thông công	3:1-4:21
Cách thông công	5:1-12
Mối thông công mạnh mẽ	5:13-21

BỐ CỤC

Xuyên qua những câu của I Giăng, đề tài về sự thông công được thêu dệt như hình để trang trí trong thư. Chủ đề chính của nó (!:5-4:21), tập trung vào hai câu miêu tả, *Chúa là sự sáng, Chúa là tình yêu.* Hãy xem biểu đồ dưới đây chúng ta sẽ thấy:

I GIĂNG: THÔNG CÔNG VỚI CHÚA VÀ VỚI CON CÁI NGÀI

"thông công"	CHÚA LÀ SỰ SÁNG	CHÚA LÀ TÌNH YÊU	"tin"	"biết"
NGƯỜI CÓ MỐI THÔNG CÔNG	SỰ SÁNG CỦA MỐI THÔNG CÔNG	TÌNH YÊU TRONG MỐI THÔNG CÔNG	CÁCH THÔNG CÔNG	MỐI THÔNG CÔNG MẠNH MẼ
1:1	1:5	3:1	5:1	5:13 5:21

Tham dự vào mối thông công (1:1-4). Lập lại nhiều lần chữ "sự sống" trong phần nầy chìa khóa là "thông công" với Chúa và với anh em trong đức tin là kết quả của "sự sống" đời nầy.

Ánh sáng của sự thông công (1:5-2:29). Giăng bắt đầu phần nầy với tiếng vang lên mạnh mẽ " Chúa là sự sáng." Ngài đưa chúng ta vào

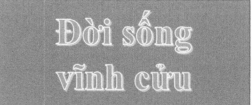

"sự tối tăm" chúng ta có thể nói, bởi sự trái ngược với hành vi và thái độ về bản tánh của Ngài. Nếu chúng ta thật sự ở "trong sự sáng," đời sống của chúng ta nên bày tỏ ra.

Tình yêu trong mối thông công (3:1-4:22). Giăng đưa ra sự khác biệt sống "trong sự sáng" nên có mối quan hệ với anh em trong Chúa.

Cách thông công (5:1-12). Chúa Jesus Christ là con đường duy nhất dẫn đến mối thông công cùng Chúa và anh em trong Chúa.

Thông công mạnh mẽ (5:13-21). Giăng kết thúc thư với câu mạnh mẽ bảo đảm sự cứu rỗi cho những người tin Chúa Jesus.

SỨ ĐIỆP QUAN TRỌNG

Một trong những cách tốt nhất để học sách I Giăng là xem cách Giăng dùng lối đối lập. Ông nhắc lại chữ "sáng" và "tối tăm," "sự sống" và "chết," "lẽ thật" và "lừa dối" trong thư làm một danh sách so sánh từng phần về điều này. Bạn sẽ ngạc nhiên có thêm hiểu biết về khái niệm của chữ đối lập. (Chú ý: Bạn có thể muốn dùng sách phù dẫn (concordance) để học theo những đề tài trong Phúc Âm Giăng).

Những chữ chìa khóa

Biết, tin, yêu, sáng, thông công, Đức Chúa Cha, Đức Chúa Con.

II GIĂNG
Lẽ thật trong con cái Chúa

Thư thứ hai và thứ ba của Giăng cho biết những hoạt động bên trong và mối đe dọa xảy ra trong Hội Thánh đầu tiên. Có một bằng chứng cho thấy những bức thư nầy về đức tin lớn mạnh (chỉ rung lên một lúc), nhưng Hội Thánh ngày nay rõ ràng cũng giống như vậy, có những khó khăn. Thật thú vị và an ủi để khám phá ra những trở ngại trong Hội Thánh đầu tiên không khác bao nhiêu với Hội Thánh ngày nay. Có nhiều điều học hỏi về hai bức thư ngắn này từ sứ đồ Giăng cho chúng ta trong hiện tại.

TÁC GIẢ VÀ NIÊN ĐẠI

Trong bức thư Giăng gọi chính ông là "trưởng lão." Điều nầy cũng ám chỉ về tuổi tác của ông về những đạo luật cho Hội Thánh. Bức thư ngắn nầy viết vào khoảng năm 90 A.D., từ thành phố Ê-phê-sô.

ƯU TIÊN CHO NGƯỜI ĐỌC

Lá thư gởi đến cho "bà được chọn và con cái bà." Hơn nữa là bạn trong Chúa của sứ đồ Giăng có thể Giăng dùng ẩn dụ ở đây để ám chỉ về Hội Thánh địa phương và hội viên.

MỤC ĐÍCH

Thật ra khó khăn đã chớm nở từ việc làm bình thường trong sự tiếp đãi những người thầy dạy và mục sư lưu động, điều này xảy ra rất thường trong thế kỷ thứ nhất cho những người dùng nhà họ là nơi rao giảng Phúc Âm (chính Chúa Jesus cũng là khách đến nhà Ma-ri và Ma-thê ở Bê-tha-ni cũng như Phi-e-rơ ở Ca-bê-na-um). Có những khác biệt cho thấy một số ít dùng chủ tâm nầy để giúp đỡ giáo sư giả. Giăng viết trong thư để tố cáo họ đã dùng những nguyên tắc căn bản của người Cơ đốc giáo để tiếp khách tạo nên sự bại hoại trong Hội Thánh.

ĐỀ TÀI

Người tin Chúa phải yêu thương và sống trong lẽ thật của Chúa, tránh xa điều dữ.

CÂU GỐC

"Hễ ai đi dông dài, chẳng bền lòng theo đạo Đấng Christ, thì người ấy không có Đức Chúa Trời. Còn ai bền lòng trong đạo ấy, thì người đó có Đức Chúa Cha và Đức Chúa Con" (v. 9).

 CÁCH ĐỌC

Những hàng đầu và cuối chứa đựng lời chào thăm ấm áp, yêu thương và phước hạnh, chỉ ra điều tự nhiên của Giăng trong thư. Lời phê bình gần cuối thư được viết cách vội vàng vì ông định sẽ đến thăm họ một ngày rất gần.

BỐ CỤC
    Bức thư ngắn chứa đầy những "lẽ thật."

II GIĂNG: LẼ THẬT VÀ CƠ ĐỐC NHÂN

CHÀO THĂM	RA LỆNH	CẢNH CÁO	"TẠM BIỆT"	
Yêu trong lẽ thật	Bước đi trong lẽ thật	Ở trong lẽ thật	Vui mừng	
	Thông công	Phân rẽ		
1	4	7	12	13

Yêu trong lẽ thật (1-3). Sứ đồ Giăng giảng dạy lẽ thật và tình yêu không thể tách riêng ra được sống với anh em trong Chúa là phần lớn mạnh của lời dạy dỗ.

*Bước đi trong lẽ thậ*t (4-6). Giăng dùng những câu ngắn nầy như phần phụ thêm cho ý nghĩa ở trên. Sống trong lẽ thật lúc nào cũng bao gồm mối quan hệ của chúng ta với anh em trong Chúa Jesus Christ.

Ở trong lẽ thật (7-11). Người được tái sanh trong Chúa sống với lẽ thật. Giăng đưa ra một sự so sánh giữa lẽ thật và dạy dỗ sai có khác biệt đáp lại với chúng ta.

"Tạm biệt" (12-13). Phần kết thúc có lời phê bình, Giăng nhắc lại sự vui mừng thật là kết quả của sự thông công trong Đấng Christ.

SỨ ĐIỆP QUAN TRỌNG
    Mặc dầu lá thư ngắn nầy bạn vẫn tìm được sự vui thỏa trong những đề tài về lẽ thật qua bức thư.

Những chữ chìa khóa
    Lẽ thật, yêu, ra lệnh, dạy dỗ, tiếp tục.

148

III GIĂNG
Hồn và thân mạnh khỏe

Đây là bức thư ngắn thứ ba của Giăng gởi đến cho một người. Mặc dầu thư cho biết tên của người nhận, nhưng không thể giúp ích nhiều vì "Gai-út" là tên rất thông thường trong thế kỷ thứ nhất như tên "John Smith" ngày nay! Có thể biết chắc ông không phải là người Do-thái vì Gai-út là tên Hy-lạp giống bức thư thứ hai của Giăng. Chúng ta lần nữa có vinh dự nhìn vào mối quan hệ ở trong Hội Thánh đầu tiên.

TÁC GIẢ VÀ NIÊN ĐẠI
Sứ đồ Giăng lần nữa xưng chính ông là "trưởng lão," tác giả của thư cuối của ba bức thư Giăng có thể viết cùng một lúc với hai thư trước vào năm 90 A.D.

ƯU TIÊN CHO NGƯỜI ĐỌC
Tất cả có thể nhìn lướt qua từ lời giới thiệu của thư nầy, Gai-út là "bạn yêu dấu" người được thương mến bởi sứ đồ Giăng. Làm bạn trong lúc tuổi già xem như là một việc rất khó có thể Gai-út là người bạn lâu năm với sứ đồ. Chúng ta sẽ không bao giờ biết hết trong đời sống về chiều sâu cho mối quan hệ lâu dài của người đầy tớ Chúa đã có. Nhưng sẽ biết vì trong cõi đời đời có cơ hội làm giống như vậy ở mỗi chúng ta.

MỤC ĐÍCH
Mục đích chính của Giăng viết để khen Gai-út có tình yêu trong Chúa, và nhận ra người tên là Đi-ô-trép gây khó khăn thật rõ để thấy Hội Thánh đầu tiên đã giải quyết nan đề trên như thế nào.

ĐỀ TÀI
Được thịnh vượng trong phần linh hồn và thể xác là bước theo lẽ thật để giúp đỡ người khác, và làm nhiều việc lành hơn.

CÂU GỐC
"Tôi nghe con cái tôi làm theo lẽ thật, thì không còn có sự gì vui mừng hơn nữa" (câu 4).

 CÁCH ĐỌC

Đây là sách ngắn nhứt trong Kinh Thánh, nhưng sứ điệp rất quan trọng như các sách khác.

BỐ CỤC
Tựa đề của sách chúng ta đã đọc là "Linh hồn và thể xác được thịnh vượng." Ở câu hai, "tôi cầu nguyện cho anh được thịnh vượng trong mọi sự, và được khoẻ mạnh phần xác anh cũng như đã được thịnh vượng về phần linh hồn anh vậy."

3 GIĂNG: LINH HỒN, VÀ THỂ XÁC ĐƯỢC THỊNH VƯỢNG

	Nghe nói đến	Lời phê bình	Tán dương	
GIỚI THIỆU 1	Bước theo lẽ thật	Giúp đỡ người khác	Từ chối tội lỗi và làm điều lành	**KẾT THÚC 13-15**
	2	5	9 12	

Bước theo lẽ thật (2-4). Giăng có thể gợi nhớ lại Chúa luôn ở trong ông, Phúc Âm đã cho thấy điều này "Ta là đường đi, lẽ thật, và sự sống" (Giăng 14:6).

Giúp đỡ người khác (5-8). Gai-út dùng ân tứ tiếp khách trong cách đúng đắn, khác với điều Giăng viết ở việc làm sai trật trong thư thứ hai.

Từ chối tội lỗi và làm điều lành (9-12). Phần nầy chứa đựng những so sánh giữa sức khoẻ và "đau yếu" hội viên với việc thông công.

SỨ ĐIỆP QUAN TRỌNG
Mặc dầu là thư ngắn, nhưng chúng ta có thể học được nhiều qua sự so sánh, ba người được nhắc đến trong thư: Gai-út, Đê-mê-triu, và Đi-ô-trép. Dùng sự tưởng tượng của bạn và cố gắng "thiết kế" bản tánh của từng cá nhân.

GIU-ĐE
Giữ mình trong sự yêu thương của Đức Chúa Trời

Khi Hội Thánh đầu tiên có thêm nhiều người tin Chúa, đang tiến gần đến thế hệ thứ hai, giáo sư giả tìm cách nắm giữ vai trò lãnh đạo và bắt đầu dạy "thuyết dị giáo đáng ghét" (2:1). Nên Chúa đã dấy lên một tác giả được trang bị để chống đối với nan đề nầy và cảnh cáo trước hậu quả của nó. Giu-đe cẩn thận viết về "sự cứu rỗi chung của chúng ta" (v.3) nhưng cũng hướng dẫn người đọc "vì đạo mà chiến đấu, là đạo đã truyền cho các thánh một lần đủ rồi" (v. 3).

Thư Giu-đe thúc giục Cơ đốc nhân cách mạnh mẽ - cẩn thận để không bị ảnh hưởng xấu trong đời sống tâm linh từ người gian ác. Trong thư của Giăng, ông viết có nhiều giáo sư giả và người không có đạo đức đã xâm nhập vào hội người Cơ đốc.[102] Giu-đe được thúc đẩy bởi Đức Thánh Linh Chúa, viết thư để cảnh cáo bạn của ông về sự nguy hiểm nầy đang có.

TÁC GIẢ VÀ NIÊN ĐẠI
Mở đầu câu tác giả tự giới thiệu về chính mình, "Giu-đe, tôi tớ của Chúa Jesus Christ, và em của Chúa Jesus." Không còn nghi ngờ nào khác đây là Giu-đe trong Ma-thi-ơ 13:55,[103] là em của Chúa Jesus. Điều thật thú vị Giu-đe không nói ông là "sứ đồ[104]," lại hạ mình xưng nhận là tôi tớ của Chúa. (CHÚ Ý: Hai người em cùng mẹ khác cha của Chúa Jesus đều là tác giả của Kinh Thánh Tân Ước; thư nầy và thư tín Gia-cơ).

ƯU TIÊN CHO NGƯỜI ĐỌC
Điều khó xác định từ thư nầy viết cho ai là người sẽ đọc. Giu-đe dùng câu "Hỡi kẻ rất yêu dấu" nhiều lần, có thể nói họ là con cái Chúa ở Phi-líp-tin vì là "quê hương" của ông. Mặc khác, rất giống thư II Phi-e-rơ, có thể cùng gởi cho những người đọc thư tín Phi-e-rơ tại Tiểu Á Châu. Giu-đe viết thư nầy trong khi hầu việc Chúa.

MỤC ĐÍCH
Thư viết để cảnh cáo độc giả của ông hãy giữ mình khỏi các giáo sư giả là những người chống Chúa Jesus, khích lệ họ giữ đức tin mạnh mẽ và chiến đấu cách tích cực về sự dạy dỗ của tà giáo, không trốn tránh nhưng chống trả lại. Đối với Giu-đe kẻ chẳng tin kính, đang lẻn vào Hội Thánh bao gồm sự vô đạo đức, từ chối Đức Chúa Trời Đấng Chủ tể và điều răn Chúa có một, là Đức Chúa Jesus Christ và đổi ân điển Đức Chúa Trời chúng ta ra việc tà ác. Giu-đe thách thức độc giả của ông hãy "tự lập lấy trên nền đức tin rất thánh của mình!" Điểm chính của sách nầy là sự tranh cãi chống lại sự sai lầm hơn là luận thuyết về lẽ thật.

---

[102] Câu 4.
[103] Trong Phúc Âm Ma-thi-ơ ông được biết như là Giu-đe.
[104] Câu 1 và 17.

ĐỀ TÀI
Con cái Chúa cần mạnh mẽ trong đức tin, và tích cực tranh chiến vì lẽ đạo.

CÂU GỐC
"Vả, nguyền xin Đấng có thể gìn-giữ anh em khỏi vấp phạm và khiến anh em đứng trước mặt vinh hiển mình cách rất vui mừng, không chỗ trách được" (24).

 CÁCH ĐỌC
Giu-đe bắt đầu lá thư với lời chào thăm ngắn ngọn và kết thúc thư với sự ca ngợi Đức Chúa Trời. Pha lẫn phần giữa của sách là một sứ điệp mạnh mẽ về giáo sư giả.

DÀN BÀI
Lời chào thăm	1-2
Khích lệ để chiến đấu vì đức tin	3-4
Cảnh cáo về người ác đang phá hoại Hội Thánh	5-16
Lời khuyên thực tiễn cho sự bền đỗ	17-23
Lời ca tụng	24-25

BỐ CỤC
Hầu hết thư của Giu-đe viết về người gian ác và tội lỗi của họ. Phần giữa thư (5-16) chính là lời cảnh cáo của Giu-đe trái ngược với sự gian ác là: Lẽ thật của Đức Chúa Trời đưa ra sự sáng chói nét đẹp tuyệt mỹ. Giu-đa kết thúc thư với lời cảnh cáo để xem xét đời sống và làm cho mạnh mẽ đức tin của chính mình.

LỜI CHÀO THĂM 1-2	KHÍCH LỆ	CẢNH CÁO VỀ KẺ ÁC			LỜI KHUYÊN	CA TỤNG CHÚA 24-25
	"tranh chiến vì lẽ thật"	Trách phạt trong quá khứ	Diễn tả công việc kẻ làm ác	Sự phán xét sẽ đến	Làm cho mạnh mẽ	
	3	5	8	14	17	

Lời chào thăm (1-2). Giu-đe mở đầu thư ông viết những lời bảo đảm về mối quan hệ của người đọc với Đức Chúa Trời.

Khích lệ (3-4). Giu-đe đưa ra những lý do mạnh mẽ tại sao đời sống họ trở nên khác biệt và tại sao họ phải tích cực bảo vệ đức tin.

Sa mạc cát, Y-sơ-ra-ên

Trách phạt trong quá khứ (5-7). Dùng lịch sử Cựu Ước như một thí dụ cho chính ông. Giu-đe nhắc người đọc biết Chúa lúc nào cũng đối phó với kẻ ác trong quá khứ và chắc chắn bây giờ vẫn còn, trong khi bảo vệ và ban thưởng cho người công bình.

Diễn tả kẻ gian ác (8-13). Giu-đe liệt kê tên của tội lỗi dành cho những người ở trong vòng gian ác.

Sự đoán phạt sẽ đến (14-16). Giu-đe đã nói về sự phán xét sẽ đến cách chắc chắn.

Lời khuyên (17-23). Đây là phần lớn nhất trong thư Giu-đe đưa ra lời khuyên đặc biệt về những điều mà người công bình nên làm cho chính họ trong lúc này.

Phân đoạn thí dụ - Giu-đe và II Phi-e-rơ

Giu-đe 4	Kẻ chẳng tin kính chối bỏ Đấng chủ tể là Chúa Jesus	II Phi-e-rơ 2:1
Giu-đe 6	Các thiên sứ bị xích trong nơi tối tăm chờ sự phán xét	II Phi-e-rơ 2: 4
Giu-đe 7	Thành Sô-đôm, và Gô-mô-rơ thành tro bụi	II Phi-e-rơ 2:6
Giu-đe 8	Chúng nó nói hỗn các đấng tôn trọng	II Phi-e-rơ 2:10
Giu-đe 9	Mi-chen không lấy lời nhiếc móc mà trách phạt	II Phi-e-rơ 2:11
Giu-đe 10	Như con thú - vật vô tri	II Phi-e-rơ 2:12
Giu-đe 11	Theo sự sai lạc của Ba-la-am	II Phi-e-rơ 2:15
Giu-đe 12	Như đám mây không nước, theo gió đưa đi đây đi đó	II Phi-e-rơ 2:17
Giu-đe 13	Sự tối tăm mù mịt để dành cho chúng nó	II Phi-e-rơ 2:17
Giu-đe 16	Họ ham muốn, kiêu căng và nịnh hót	II Phi-e-rơ 2:18
Giu-đe 17	Các sứ đồ của Đức Chúa Jesus đã nói trước	II Phi-e-rơ 3:2
Giu-đe 18	Trong ngày sau rốt những kẻ nhạo báng sẽ đến	II Phi-e-rơ 3:3

Ca tụng Chúa (24-25). Ở trong lời nhắc nhở, Giu-đe kết thúc thư nầy với sự ca ngợi Chúa, là nguồn của sức mạnh đi kèm với lẽ thật để chống trả ma quỉ.

SỨ ĐIỆP QUAN TRỌNG

Xem kỹ lối diễn tả của Giu-đe về tiên tri giả cho việc làm của họ từng chi tiết, liệt kê từng tên một, bản tánh và viết ra tại sao bạn nhận biết hậu quả đưa đến thất bại khi đối diện lẽ thật của Chúa, là hậu quả của việc làm gian ác.

Những chữ chìa khóa

Anh em yêu dấu, nhớ/nhắc nhở, đức tin, giữ.

KHẢI HUYỀN
Đấng Christ sẽ đắc thắng Ma Quỉ

Có phải con người sẽ tự hủy diệt chính họ? Điều gì sẽ xảy ra trong những năm cuối của lịch sử thế giới? Chỉ có Chúa mới trả lời trọn vẹn những câu hỏi đó cho tương lai. Nhiều điều được trả lời trong quyển sách cuối của Tân Ước - Khải-huyền. Quyển sách quan trọng nầy viết về sự phán xét và ban phước – dành cho trong thời kỳ ở những ngày sau rốt. Chương cuối đưa ra vận mệnh cuối cùng: Hồ lửa đời đời được gọi là hỏa ngục, thành Giê-ru-sa-lem đời đời được gọi là thiên đàng.

Khải-huyền 1:18

Nhiều người ngày nay gọi Khải-huyền là sách bị đóng lại (closed book) – theo nghĩa của văn tự. Họ không bao giờ đọc. Một là sợ nên không đọc, hay họ nghĩ đọc mà không thể hiểu. Đây là điều không khôn ngoan vì Hội Thánh lúc đầu đã gặp sự bắt bớ và sách nầy trở nên một nguồn sức mạnh đã khích lệ họ lúc gian nan.

Khải-huyền thuộc sách viết về thần học, được biết như là sự khải thị chỉ có một sách trong Tân Ước viết theo thể loại nầy. Những sách khác nữa viết về sự khải thị trong Cựu Ước có Đa-ni-ên, Ê-xê-chi-ên và Xa-cha-ri, loại văn học nầy thường được mô tả bởi:

1. Dùng những dấu hiệu và khải tượng cách rộng rãi.
2. Những ai nghĩ về Chúa được miêu tả như là người bị đau khổ về sự không công bình.
3. Hầu như lúc nào cũng đề cập đến những biến cố trong tương lai.
4. Đức Chúa Trời đến trong lúc thế giới kết thúc để cứu người tin nhận Ngài.

TÁC GIẢ VÀ NIÊN ĐẠI

Sứ đồ Giăng viết Khải-huyền, sách cuối của Kinh Thánh trong lúc ông bị lưu đày ở đảo Bát mô, cách 35 miles từ bờ biển Tiểu Á Châu. Theo truyền thuyết cho biết Giăng bị lưu đày dưới thời trị vì của hoàng đế La mã Domitian vào khoảng năm 94 A.D.

Sứ đồ Giăng ở đảo Bát m

155

Có ba cuộc bắt bớ giữa thế kỷ thứ nhất đầu tiên là của Nero, trong giữa năm 60 A.D., thứ nhì là Domitian giữa năm 84-96 A.D., và thứ ba là của Trajan khoảng cuối năm 90 A.D.

Trước một thời gian bắt bớ đầy nguy hiểm cho người tin Chúa họ bị bắt đóng đinh, thiêu sống, quăng vào hang sư tử, và bị bắt buộc phải giết lẫn nhau như đấu sĩ (gladiators). Và những dấu hiệu về sự tàn ác cũng bắt đầu xảy ra trong Hội Thánh. Đây là lúc sa sút và tàn ác đen tối mà Giăng được gọi để viết bức thư này về sự đắc thắng cuối cùng của Đức Chúa Trời và cho những ai ở trong Ngài.

ƯU TIÊN CHO NGƯỜI ĐỌC

Giăng viết thư gởi cho "bảy Hội Thánh của miền Châu Á," đã liệt kê từng tên trong những chương đầu, chúng ta thấy nhiều Hội Thánh được vang động và mạnh mẽ tiếp nhận thư của Phi-e-rơ và Phao-lô ba mươi năm trước đó. Mặt khác sự khó khăn về tội lỗi trong những Hội Thánh lúc đó đã xảy ra và được chấp nhận trong nhiều cách họ đại diện cho Hội Thánh của Chúa Jesus trong suốt thời gian nầy.

MỤC ĐÍCH

Sách Khải-huyền khích lệ Cơ đốc nhân đứng vững lúc bị bắt bớ, khuyên họ họ đừng xây bỏ Chúa Jesus Christ, và kêu gọi càng phải trung tín trong Ngài. Sách đưa ra nhiều lời cảnh cáo để báo trước cho những người không tin sự phán xét của Chúa về tội lỗi, nhưng cũng dành những lời ca ngợi con cái Chúa bước đến sự "trưởng thành."

ĐỀ TÀI

Khải-huyền bày tỏ cho chúng ta biết Chúa Jesus là ai, công việc Ngài làm, trong hiện tại và tương lai. Chúa Jesus là đầu của Hội Thánh, Đấng phán xét, Đấng ban thưởng trong tương lai, Đấng Đời Đời sẽ tiếp đón những người tin Ngài bước vào Nước Trời và Đất mới đời đời.

CÂU GỐC

"Kìa, Ngài đến giữa những đám mây, mọi mắt sẽ trong thấy, cả đến những kẻ đã đâm Ngài cũng trông thấy, hết thảy các chi họ trong thế gian sẽ than khóc vì cớ Ngài. Quả thật vậy. A-men!" (1:7).

 CÁCH ĐỌC

Sứ đồ Giăng cắt nghĩa điều ông đã "nghe" và "thấy" về những ngày tận thế diễn tả ở sự hiện thấy thành ngôn ngữ. Vài dấu hiệu đã trưng dẫn từ Cựu Ước (Sư tử của Giu-đa, bài ca của Môi-se, Cây sự sống, Chiên Con của Đức Chúa Trời), cũng như trưng dẫn từ Tân Ước (Lời của Chúa, Con người, Tân nương của Đấng Christ), nhưng có vài dấu hiệu khác nữa không có liên quan với Kinh Thánh và không cắt nghĩa được (con thú, bảy sấm sét, dấu của con thú). Dấu hiệu đặc biệt được biết đến như (bảy chân đèn cho bảy Hội Thánh, và con rồng là Satan) hay cắt nghĩa về (con số, dấu ấn, bài ca, kèn). Khải thị là dấu hiệu diễn tả con người thật, sự vật, hoàn cảnh, và những việc xảy ra.

Bảy nguyên tố làm cho Khải-huyền trở nên sách độc đáo ở Kinh Thánh. Những phần tạo nên cấu trúc trong sách được kết lại chung quanh nhiều lần con số ba và số bảy. Có ba sự hiện thấy (1:19) quá khứ, hiện tại và tương lai.

Past: "Sự ngươi đã thấy" (đoạn 1).
Present: "Điều gì" (đoạn 2-3).
Future: "Những việc sau sẽ đến sau này" (đoạn 4-22).

Đầy đủ ý nghĩa nhất là số bảy. Có bảy Hội Thánh, tâm linh, ngôi sao, chân đèn, sừng, mắt, thiên sứ, dấu ấn, kèn, bát, sấm sét, mão triều, tai vạ, núi, vua, bài ca, và đoàn dân đông. Mặc khác, có bảy dấu hiệu diễn tả về Đấng Christ (1:14-16), bảy sứ điệp cho Hội Thánh (2-3), bảy lời ca ngợi chiên con (5-12), bảy kết quả của sự đoán phạt (6:12-14), bảy sự phân rẽ của con người (6-15), bảy ơn phước (7-12), bảy sự chiến thắng (11-19), và bảy "điều mới" (21-22).

Sách mở đầu và kết thúc với những ý và câu rất giống nhau, giữa những câu và ý đó có những chữ về Chúa Jesus, "Ta đến mau chóng."[105] Trong chính giữa sách viết những lời diễn tả sáng chói về sự phán xét tội lỗi của Đức Chúa Trời.

DÀN BÀI

BỐ CỤC

Mặc dầu sách Khải-huyền dài và nhiều chi tiết, sách bao gồm ba phần lớn. mỗi phần điều có đề tài đặc biệt.

Khải thị của Chúa Jesus Christ

Đạo Cơ đốc hôm nay Hội Thánh	Sự phán xét ngày mai Thế gian	Sự vinh hiển đời đời Thành Giê-ru-sa-lem mới
Thư và bài ca	Ấn chứng – kèn – bát	Trời mới và đất mới
1 Setting	6 Tranh đấu	22 Đắc thắng

Đạo Cơ đốc ngày nay (1:1-5:14). Bảy bức thư trong chương 2 và 3 là bảy Hội Thánh trong thời đại của sứ đồ Giăng. Cũng diễn tả và áp dụng cho Hội Thánh ngày nay ("bây giờ và … sau này" của 1:19). Các hội được khuyên giải và bị cáo trách cho thấy Hội Thánh đã

---

[105] 1:1-8 và 22:12-21.

gặp khó khăn với những thử thách giống nhau, cám dỗ, và tội lỗi trải qua các thời đại đến ngày nay.

Judgement Day

Sự phán xét ngày mai (6:1-20:15). Trong Khải-huyền chúng ta có thể đọc về sự đoán xét của Chúa khi họ bị thế gian tấn công với những quyền lực, bảy ấn chứng, bảy vị thiên sứ, bảy tiếng kèn, và bảy bát. Phần này kết thúc là sự phán xét cuối cùng trên thế gian (20:7-15). Chữ cuối cùng là "lửa." Chúng ta thấy dễ dàng và học từ sự phán xét nầy Đức Chúa Trời và Con Ngài đã hoàn toàn cai trị thế gian, lịch sử đã đoán xét và đoán phạt những kẻ không tin, Ngài bảo vệ những ai là người cứ trung tín cho đến giờ phút cuối.

Sự vinh hiển đời đời (21:1-22:21). Khải tượng cuối của Giăng là sự vui mừng, cao điểm nhất. Những chữ như "mới" và "trở lại" chỉ về thiên đàng như là một cộng đồng của người thánh đang vui vẻ sống với Chúa của họ và Con của Ngài đời đời. Lời của con người chỉ có thể diễn tả đời đời là như vậy. Nhưng điều chúng ta biết về thiên đàng là chắc chắn qua lời phán của Chúa, "Hãy viết những điều nầy, vì những lời nầy là đáng tin cậy và lời của lẽ thật" (21:5).

SỨ ĐIỆP QUAN TRỌNG

Cách học ích lợi trong ba chương đầu là ghi lại điều mà Chúa Jesus phán về bảy Hội Thánh:

Họ làm điều gì sai

Họ dùng điều gì để sửa trị (áp dụng)

Điều gì Chúa Jesus muốn họ làm

Điều gì có thể áp dụng cho Hội Thánh ngày nay

Điều gì có thể áp dụng cho chính chúng ta ngày nay.

Xem kỹ chương 21, suy gẫm cách diễn tả sự sống đời đời như thế nào. Viết xuống tất cả điều mà bạn suy nghĩ. Rồi liệt kê những suy nghĩ đó làm thế nào bạn nên sống trong ánh sáng ở những lẽ thật này.

Những chữ chìa khóa

"Chiên con" (29 lần) và "ngôi" (44 lần). Có hai điều mà chúng ta nên chú ý:

1. Lễ chuộc tội;

2. Quyền năng của Chúa và phán xét được đề cập nhiều trong thư.

Khi bạn học, hai ý này thường xảy ra và bạn học được gì trong phần nầy.

SÁCH THAM KHẢO

Aland, B. (1993). *The Greek New Testament*. Stuttgart: Deutsche Bibelgesellschaft.

Carson, D. A (2001). *New Bible Commentary*. Downers Grove: InterVarsity Press.

Carson, D.A, Moo, Douglas Moo J. and Morris Leon (1992). *An Introduction to the New Testament*. Zondervan

Darrell, Bock L. (2002). *Jesus According to Scripture*. Grand Rapids: Baker Academic.

Donald, Guthrie (1990). *New Testament Introduction*: InterVarsity Press.

Frazee, Randy (2014). *THINK, ACT, BELIEVE LIKE JESUS*. Grand Rapids: Zondervan.

Gundry, Stanley N. (2008). *Three Views On The New Testament Use of the Old Testament*. Grand Rapids: Zondervan.

Halley, H. Henry. (1965). *Halley's Bible Handbook:* Grand Rapids: Regency Publication.

Hindson, ED. and Elmer L. Towns (2013). *Illustrated Bible Survey*. Nashville: B&H Publishing Group.

Jensen, I. L. (1990). *Simply Understanding The BIBLE*. Minneapolis: Zondervan.

Johnson, Timothy Luke (2010). *The Writings on the New Testament*: Fortress Press.

Kellum, Scott L. (2012). *The Lion and The Lame*. Nashville: B&H Academic.

Kostenberger, A.J. and P.T. O'Brisen, *Salvation in the Ends of the Earth: A Biblical Theology of Mission*, NSBT 11 (Downers Grove: Inter Varsity, 2001), 87-109.

Kostenberger, A.J., Kellum Scott L. Charles Quarles L. (2009). *The Cradle, The Cross, and the Crown*. Nashville: B&H Publishing group.

Luther, Martin. *Prefaces to the New Testatment* 1522, cited by J.H. Elliott, "Peter, First Epistle of" ABD 5:270.

MacArthur, John (2005). *The MacArthur Bible Commentary*. Nashville: Thomas Nelson, Inc. NIV (2016). *Cultural Backgrounds Study Bible*. Grand Rapids: Zondervan.

Pentecost, J. Dwight (1981). *The Words and Works of Jesus Christ*. Grand Rapids: Zondervan.

Quarles, Charles (2011). *Sermon on the Mount*. Nashville: B&H.

Schreiner, Thomas R. (2010). *The Lord's Supper*. Nashville: B&H.

_____ (2008). *New Testament Theology*. Grand Rapids: Baker Academic.

Thompson, Alan J. (2011). *The Acts of the Risen Lord Jesus*. Downers Grove: InterVarsity Press.

Walter, Elwell A., Yarbrough Robert W. (2005). Encountering the New Testament: Grand Rapids: Baker Academic.

Made in the USA
Middletown, DE
28 January 2023

22625534R00099